தமிழன் உரிமை

கா. அப்பாத்துரை

Title: Tamizhan Urimai

Author: Ka. Appadurai

Language: Tamil

First Published on: 1957

Year of Publication: 2024

Book Format: Paperback

*Page Size: 6inch * 9inch*

Category: Essays

Subject: Literary Essays

No. of pages: 126

ISBN: 978-81-997059-2-0

Published by: Nilan Publishers, Madurai, Tamilnadu, India

பொருளடக்கம்

குறிப்புகளுக்காக

விடியற் போதில்.....

புகழ்பெற்ற அரசியல் அறிஞனான சாணக்கியனும் தன் 'சதுரங்க' ஆட்டத்திற்கு 'காய்கள்' கிடைக்காது, தன் ஆற்றலின் தகுதியினை அளவிட வேறு பண்பாடுடைய பகுதியை நாடிச்செல்லும் அளவிற்கு அரசியல் அறிவு இயற்கையாய்ப் பெற்றிருந்த தமிழகம் - தென்னகம் - இன்று பேணப்படும் அரசியல் அமைப்பிற்கிணங்க அவல நிலையடைந்துள்ளது -அரசியற்துறையில்

இந்நிலை மாற, தமிழினம் தன் வருங்கால வாழ்வில் வீறு பெற, ஒரு அரசியல் மாறுபாடு, புரட்சிகரமான மாறுபாடு ஏற்படவேண்டும், ஒரு புதிய தமிழினத் தேசிய அரசியல் அமைந்தாக வேண்டும்.

உலகப் பெரியாராகிய வள்ளுவரை ஈன்ற தமிழினம், இன்னும் எத்தனை நாள் பெயரின்றி, ஊரின்றி; நாட்டுப் பெயர் சொல்லாமல், இனப்பெயர் தெரியாமல் வாழ்வது?

இன்றையத் தென்னக வாழ்விலே ஊசலாடும் இக்கருத்தினை நிலைக்கள்ளனாகக் கொண்டு தேர்தல்களிலும் வாழ்விலும் மக்களை ஊக்கும் முறையில், இதனைத் தமிழர் உரிமையின் இவ்விடியற் போதில் உணர்ச்சியுடன், தக்க அறிவுலகப் பின்னனிகளின் ஊட்டுரைகளுடன் ஆக்கிய பன் மொழிப்புலவர் கா. அப்பாத்துரையாரின் பணி பெரிது- நூலின் அளவு சிறிதாயினும்.

தமிழினம் இந் நூலால் முழுத் தேசிய உணர்வு பெற் றுக் கீழ் திசை ஒளியாய் விளங்கி, எம்மை மேலும் இத்துறையில் பணிபுரிய ஊக்கமளிக்குமென நம்புகிறோம்.

ஔவை நூலகம்.

தமிழன் உரிமை

1. உரிமையும் கடமையும்

உரிமை, கடமை ஆகிய இரண்டும் இரு வேறு பண்புகள் அல்ல. அவை ஒரே பண்பின் இரு திசைக் காட்சிகள். ஒரு தாளுக்கு இரண்டு பக்கங்கள் இருப்பதுபோல, ஒரே பண்புக்குரிய இரண்டு பக்கங்களாக அவை இயங்குகின்றன.

உரிமை உயிர், கடமை உடம்பு, ஒன்று இல்லாமல் மற்றொன்று இருக்க முடியாது. உயிரில்லாத உடலை நாம் உடல் என்று கூறுவதில்லை; பிணம் என்போம். அதுபோல உரிமை இல்லாத கடமையை நாம் கடமை என்று கூற முடியாது; அடிமைத்தனம் என்று கூறுவோம். நேர்மாறாக, உடலில்லாத உயிர் என்று ஒன்று இருக்க முடியாது; இருப்பதாகக் கூறுபவரும் அதை உயிர் என்பதில்லை; ஆவி, பேய் என்பர். இவற்றின் பண்பு வேறு; உயிரின் பண்பு வேறு. இதுபோலவே கடமையில்லாத உரிமையும் உரிமையின் பண்பு உடையதன்று. இதற்கு உரிமை என்ற பெயர் கூறுவது தவறு. அதன் உண்மைப் பெயர் ஆதிக்கம், சுரண்டல் என்பதே. உரிமையில்லாத கடமையும் கடமையன்று. அதன் பெயர் அடிமை!

"உரிமை பேசாதே? கடமை செய்?" இஃது ஆதிக்கத்தின் குரல். ஆனால், இஃது அதன் கடும் பதிப்பான குரல் மட்டுமே. தன் அடிமைகளிடம் எப்போதும் அஃது இப்படி உத்தரவு இடுவதில்லை. ஏனெனில், அதே குரலுக்கு வேறு பல தொனிகள் உண்டு. "உரிமை பற்றிக் கவலைப்படாதே, கடமையாற்று!" என்று அது கனிவுடன் கூறலாம். "கடமையின் பெருமையே பெருமை. கடமையாற்றுபவர்கள்

கண்ணியவான்கள். உரிமையை எண்ணுவதுகூட ஈனத்தனமான தல்லவா?" என்று அது புகழ்ந்து பசப்பலாம். "கடமை செய்துவிட்டால் உரிமை எங்கே போகிறது? அது தானாக வந்துவிடுகிறது!" என்று அது விளக்க வேதாந்தமும் அளிப்பதுண்டு.

தான் கடமையற்ற உரிமை கோருவதுடன் ஆதிக்கவாதம் நிற்பதில்லை. பிறரிடமிருந்து அஃது உரிமையற்ற கடமையை எதிர்பார்க்கும், விரும்பும் - கட்டளையிடும் - வலியுறுத்தும் - கெஞ்சும் - உபதேசிக்கும்! ஆனால் உபதேசித்த படி, அது நடவாது! அது கூறும் வேதாந்த விளக்கங்கள், பிறர்க்கு அதற்கல்ல! ஆனால், 'நீ உன் கடமையைச் செய்துவிட்டாயா?" என்று அடிமைக்குப் பெரும்பாலும் கேட்கத் தோன்றாது. கேட்டால் அஃது அடிமைக் குரலன்று, புரட்சிக்குரல்! அதன்பின் ஆதிக்க அடிமைத் தொடர்புகள் - ஆண்டான் அடிமை முறைகள் சரிந்துவிடும். மனிதப் பண்புடைய மனித சமுதாயம் அமைந்துவிடும்.

ஆதிக்கம் என்பது கடமையில்லாத உரிமை. அது பிறர் முதல் கொண்டு, தான் ஆதாயம் பெற விரும்புவது போன்றது. பிறர் உழைப்பைக் கொண்டு, தான் ஊதியம் பெற விழைவது போன்றது. அதனை நாம் கொடுங்கோன்மையின் குரல் என்றும் கூறலாம். கோழைத்தனத்தின் மறு வடிவம் என்றும் கூறலாம். ஏனெனில், அதற்கு உண்மை வீரம் இருக்கமுடியாது. அஃது ஊதி உப்பிய தொய்வகப் பை (இரப்பர்ப் பை) போன்றது. ஊசிபட்டால் வெடித்துவிடும். உரிமைக் குரல் என்ற ஊசிமுனை படும்வரை அஃது ஏவும், கட்டளையிடும்; வற்புறுத்தும், வல்லந்தப் படுத்தும்; வாதிக்கும், உபதேசிக்கும்; கேலி செய்யும், கெஞ்சும்.

"அகப்பட்டால் தலையைப் பிடி, அகப்படாவிட்டால் காலைப்பிடி" என்ற தமிழ்ப் பழமொழி இத்தகையவர்களிடம் தமிழன் பழகிக் கண்ட அனுபவ மொழியே யாகும்.

ஒரு நாட்டை மற்றொரு நாடு ஆளும்போது, ஒரு மொழிமீது மற்றொரு மொழி ஆதிக்கம் செலுத்தும்போது, 'கடமை செய்' என்று 'ஒருவனை' 'மற்றொருவன்' ஏவும்போது நாம் இந்தக் குரலை, கடமை செய்யாது உரிமை பெறத் துடிக்கும் இந்த மொழியுருவத்தைக் காண்கிறோம்.

தமிழன் சில காலமாகக் கேட்டுவரும் குரல் இது.

நாட்டுரிமை, சமயஉரிமை, அரசியல்உரிமை, மொழியுரிமை, பொருளியல் உரிமை, வாழ்வுரிமை ஆகிய எல்லாவற்றையும் வேறு ஒருவனுக்கு அளித்துவிட்டு, கடமைமட்டும் ஆற்றிக் கிடக்கும்படி தமிழனுக்குப் பிறர், அவனை ஆளும் பிறர் சில சமயம் ஆளுபவனை அண்டி இனத்தை விற்றுப் பிழைக்கிற, குடிப்பெருமை விற்றுக் குபேரனாக வாழ விரும்புகிற பஞ்சைத் தமிழர் ஒரு சிலர் குரல் மற்றப் பெரும்பாலான தமிழர்க்கு உபதேசம் தருகிறது.

இந்த உபதேசங்களைத் தமிழன் கேட்டு ஆட்டுக் கூட்டங்கள் போல நெடுநாள் வாழ முடியாது - வாழ்ந்த இடையிருட்கால இரவு மலையேறிவிட்டது, மலையேறி வருகிறது!

கடமைக் கேற்ற உரிமை, உரிமைக் கேற்ற கடமை என்ற இனக்குரல், சமத்துவக் குரல் எழுந்துவிட்டது. எழுந்து வளர்ந்துவருகிறது!

எல்லார்க்கும் உரிமை, எல்லார்க்கும் கடமை - எல்லாரும் இந்நாட்டு மன்னர், எல்லாரும் இந் நாட்டுத் தொண்டர் - இதுவே சமூக நீதி, சமூக நேர்மையின் அடிப்படை - இதுவே உயர் சமய உண்மை, உண்மைச் சமயப் பண்பு! இதுவே குடியாட்சிக் குணம் - சமதர்மத் தென்றல் இதுவே! கடவுட் பண்புணர்ந்த அறிஞர், அருளாளர் - இயேசுபெருமான், நபிநாயகம் - புத்தர்பிரான், மகா வீரர் - ஆழ்வார்கள், நாயன்மார்கள் - வற்புறுத்தி, வலியுறுத்தி, ஆனால் நயமாகக் கூற விரும்பிய உண்மை இதுவே! ஆயினும், இந்தக் குரலை எழுப்புபவர், விளக்குபவர் - இந்தக் குரலில் எழுச்சிப் பாடல் பாடுபவர், இந்தத் தத்துவத்தைப் பேனா பிடித்துத் தாள் மீது

எழுதுபவர் - இவர்கள்தாம் ஆதிக்கபுரியினர் கண்களுக்குப் புரட்சிக்காரர், கிளர்ச்சிக்காரர் என்று தோன்றுகிறார்கள். இந்தக் குரலைத்தான் சமதர்மப் பூச்சுப் பூசிய சாதி ஆணவ வெறியர்கள், காலிகள் குரல், கூலிகள் குரல் - நாத்திகர் குரல், தெய்வ விரோதிகள் குரல் - பாவிகள் குரல், நாட்டுப் பகைவர் குரல் என்று வசைபாடுகிறார்கள்.

தமிழ் நாட்டுக்குத் தமிழ் நாடு என்ற பெயர் கூடாது என்று கூறும் குரல் - 'தமிழகம்' என்ற புதுப்பெயர் எதற்கு, எங்கள் மூதாதையர்களான வெள்ளைக்காரன் வைத்த பெயர், மதராஸ் என்னும் பண்டைக்காலப் பெயரே இருக்கட்டும் என்று கூறும் வரலாற்று மணம் காணாத போலித் தேசியக் குரல் -தேசியப் போர்வைபோர்த்த தன்னல நச்சுக்குரல்-ஆட்சியிலிருந்து கொண்டு சட்டத்தைத் தங்கள் அட்டூழியங்களுக்கான காவற் கோட்டை யாக்கிவரும் குரல் - தேசத்தின் கொடி என்று தாங்கள் ஏற்றிவைத்த கொடியையே தங்கள் கட்சிக் கொடி என்றும் கூறிக் கட்சிப் பிரச்சாரத்துக்குப் பயன்படுத்தி அவமதித்துவரும் குரல் இதுவே!

‘தமிழ் நாடாவது, வெங்காய நாடாவது! தேவிகுளம் பீர்மேட்டைத் தமிழன் ஆண்டால் என்ன, எவன் ஆண்டால் என்ன? இதுகள் அப்பன் சொத்துகளா அவை? என்று கேட்கிற, கேட்பவரைத் துதிபாடி எத்திப் பிழைக்கிற குரல் - ஒரு புறம் தமிழனைப் பார்த்து அகம்பாவ ஆணவத்துடன் சீறி அவமதிப்பாகப் பேசிக் கொண்டு மறுபுறம் ஆட்சியிலிருக்கும் அயலானிடம் கெஞ்சி மண்டியிட்டுக் கூத்தாடும் பண்புடைய இருமுகம்படைத்த இக்கலியுகத் தெய்வங்களின் குரல் - ஏங்கிய; தமிழனை ஏவி, தூங்கிய தமிழன் முதுகில் கயிறு திரித்தது போதும், தமிழன் இனியாவது விழித்தெழுதல் வேண்டும்!

தமிழன் உரிமையை நசுக்கிவரும் இந்தக் குரலைத் தமிழன் எத்தனை நாள் வைத்துப் பேணித் தன் வாழ்வை அழித்துக்கொண்டிருக்கப் போகிறான்? பகுத்தறிவு மிக்க வீரன் கூறினான், தேவைப்பட்டால், 'கொலைவாளினை எடு' என்று.

ஆனால், அஃது எதிரியை எதிர்ப்பதற்கான செயல் மட்டுமே! இங்கேயோ, நம் முதல் எதிரி நம் செயலின்மையே! செயல் செய்து உரிமை பெறுவதற்கு வாளும் தடியும், வில்லும் வேலும், துப்பாக்கியும் குண்டும் எதுவும் பயன்படமாட்டா! ஆகவே, தன்மான வாளை எடு! தன் உரிமை மொழியைத் தன் இனத்துக்கே, இனத்தின் பிரதிநிதிக்கே, இனத்துக்குப் பாடுபட்டு, உலகில் இனத்துக்கு இடந் தேடுபவனுக்கே கொடு - இதுதான் இன்றைய தமிழனின் தேவை!

உன் கடமை இது, தமிழனே! உன் உரிமையும் இதுதான்!

கிளர்ந்தெழு, ஒன்றுபட்டெழு! குடும்பம் குடும்பமாக, கூட்டம் கூட்டமாக - ஊர் ஊராக, மாவட்டம் மாவட்டமாக- அலை அலையாகத் தமிழர் குரல் எழுப்பித் தமிழ்க் கடலாகப் பொங்கி எழு!

தமிழர் தன்னுரிமை வாழ்வு பெற, தன்மான ஆட்சியமைய 'உன் நெஞ்சின் உறுதி தாங்கிய நாவின்மொழி, நாவின் உறுதிமொழி தாங்கிய உரிமை மொழிச் சீட்டைக் கைக்கொள்! அதையே உன் புது வாழ்வுக்குரிய உரிமை வாளாகக் கொண்டு வெற்றி பெறுவாயாக!

நீ வாழ, உன் இனம் வாழ, உன் வழிமரபு வளம்பெற, நீ செய்ய வேண்டிய கடமை, பெறவேண்டிய உரிமை இதுவே!

2. இன வாழ்வு

கடமை உண்டு, உடைமைகூட உண்டு உனக்கு, தமிழனே! ஆனால், உரிமை உண்டா?

கடமையும் உடைமையும் உடைபோன்றவை. உள்ளே உயிருருவம் இல்லாமல், குற்றிக் கட்டையின்மீது உடையும் செருப்பும் தொப்பியும் மாட்டி வைத்திருக்கிறார்களே, கொல்லைகளில்! அது போன்ற உடையணி, உடையணி ஆகுமா! அல்ல, துணிமணிக் கடைகளில் அழகான பொம்மைகளின் மீது அவற்றை நாகரிகமாகக் கட்டியிருக்கிறார்களே, அதுதான் உண்மை உயிர் அழகாகுமா?

கடமை, உரிமை என்ற சொற்கள் தமிழில் உண்டு. ஆனால், தமிழன் வாழ்வில் அச்சொற்கள் குறிக்கும் பண்புகள் மேற்கூறிய உடையுருவங்கள் பெற்றவையே. ஏனென்றால், 'இனவாழ்வு' என்ற உயிருருவத்துடன் இணைந்தே அவை பொருளும் பண்பும், அழகும் வளமும் பெறுபவை.

உரிமை, கடமை என்ற இரண்டு சொற்களுமே இனம்சார்ந்த சொற்கள். இனத்தின் தன்மை அறியாதவர்களுக்கு அந்தச் சொற்கள் பொருளற்றவை. இனவாழ்வற்றவர்களுக்கு, அந்தச் சொற்கள் கழுதை சுமக்கும் வெல்லப் பொதிகள் போல, இனிமையற்றவை, பாரமாக மட்டும் அமைபவை, இயங்குபவை.

உரிமை என்றால் என்ன? - தனி மனிதன் வாழ்வு!

கடமை என்றால் என்ன? - இனப் பொது வாழ்வு!

தனி மனிதன் இனத்துக்காக வாழ்கிறான். தான் மாளும்போதும் இனத்தை வளர்த்து, இனத்துக்காகவே கவலைப்பட்டுக்கொண்டு இறக்கிறான். இஃது அவனது கடமை.

இஃது எவரும் போதனைசெய்து உண்டாகும் கடமையன்று. அவன் இனப்பண்பாக அமையும் இயற்கைக் கடமை.

ஆனால், தனிமனிதன் 'தன்' இனத்துக்காகவே வாழ முடியும்; மாள முடியும். ஏனெனில், இனம் அவனுக்காக வாழ்கிறது. அவன் இயற்கைப் பண்பாகிய இனப் பண்பே அந்த இனத்துக்கும் இயற்கையாக இனப்பண்பாய் அமைகிறது. ஆகவே, இனமும் அவனுக்காக வாழ்கிறது, அவனுக்காக மாள்கிறது.

இனமுழுவதும் அழிந்து, ஓர் உயிர் - வாய்விடாக் குழந்தை வடிவில், கருவிலுள்ள சிசு வடிவில் மீந்திருந்தாலும், இனம் தன்மாள்வை எண்ணாது. அந்தக் குழந்தை வாழ்வுக்கே கவலைப்படும் பண்புடையது.

'இனம் என்றால் என்ன?'

இந்தக் கேள்விக்கும் மேற்கூறிய விளக்கமே விடை தருகிறது.

‘ஒருவன் எல்லோர்க்குமாக, எல்லோரும் ஒருவனுக்காக’ *(One for all, all for one')* என்ற கூட்டுறவு இயக்கக் குறிக்கோளை; எந்தக் குழுவில் தனி மனிதனும் குழுவும் இயல்பாகக் கொண்டிருக்குமோ, அந்தக் குழுதான் இனம். இனத்துக்கும் கூட்டுறவுச் சங்கத்துக்கும் உள்ள ஒரே வேற்றுமை, ‘முன்னது இயல்பானது. வழிவழி மரபாக வளர்ந்துவந்த உயிர் மரபு; பின்னது நாகரிக சமுதாயத்தில் அறிவுடைய தலைவர்கள் புதிதாகத் தோற்றுவிப்பது' என்பதே!

ஓர் இனம் சிறிதாக இருக்கலாம். பெரிதாக இருக்கலாம். அது சில பல உறுப்பினர்களைமட்டும் கொண்ட சிறு தனி இனமாய் இருக்கலாம். அல்லது பல சிறிய பெரிய இனங்களை உள்ளடக்கிய பேரினமாக, கூட்டினமாக இருக்கலாம். பேரினங்களையே உட்கொண்ட பல்கூட்டினமாக, பெரும் பேரினமாகவும் இருக்கலாம். ஆனால், எங்குமே ‘ஒன்று’ எல்லாவற்றுக்குமாக வாழ்தல் வேண்டும்; எல்லாம் ஒன்றுக்காக வாழ்தல் வேண்டும்' - என்ற

பண்பு இல்லாத கூட்டம் இனமல்ல, வெறும் கும்பல், கூளம், உருவிலா உயிரிலாத்திரள் - அவ்வளவே!

மிகச் சிறிய இன எல்லை குடும்பமே. மிகப் பெரிய இன எல்லை மனித சமுதாயம், உலகமே.

இனம் என்பது குறுகிய எல்லை என்று கருதுபவர், 'இனம்' என்ற சொல்லுக்குரிய பொருள் அறியாதவர்களே. ஏனெனில், இனம் என்பது கட்டடம் அல்லது கோட்டை போன்ற நிலையான, வளராத உயிரற்ற சட எல்லையன்று. அது குடும்ப எல்லையிலிருந்து உலக எல்லைவரை ஓயாது வளர்ந்து கொண்டே யிருக்கும் ஓர் உயிரியக்கம் ஆகும். அதன் உருவத்தை வரலாற்றின் வளர்ச்சியிலும் காலத்திலும்தான் காணுதல் வேண்டும். மனிதர் முகத்தையும் வடிவத்தையும் அளந்தோ, கண்ணிறத்தையும் மயிர் நிறத்தையும் கொண்டோ, நில இயலைத் தேடியோ காணமுடியாது. அவை நீடித்த இனவாழ்வின் பயன்கள் ஆகலாம்; இனக்குறிகள் ஆகலாம்; இனப் பண்புகள் ஆகமாட்டா!

உரிமையும் கடமையும் இனம் சார்ந்தனவாதலால், 'இனத்துக்கு வெளியே' நாம் உரிமையையும் காணமுடியாது. கடமையையும் காணமுடியாது. ஆனால், 'இனத்துக்கு வெளியே' என்று கூறும்போது, 'இனம்' என்பது கட்டடம், கோட்டை, தோட்டம், வயல் போன்ற இட எல்லையல்ல; ஓர் உயிர்மரபு என்பதை நாம் மறந்துவிடக் கூடாது.

அமைதியான ஒரு நீர்நிலையில் நாம் ஒரு கல்லை மெல்ல விழும்படி செய்தால், அது விழுந்த இடத்தை மய்யமாகக் காண்டு, வட்ட வட்ட அலைகள் அதைச் சுற்றி விரிந்து கொண்டே செல்வதைக் காண்போம். அலைகள் வரவரப் பெரிதாக விரிவுற்று, நீர்ப்பரப்பில் எவ்வளவு இடம் உண்டோ அவ்வளவு இடத்தையும் உட்கொண்ட வட்டமாக விரிகின்றன. இஃது அலையின் 'பரப்பு வளர்ச்சி. ஆனால், நாம் இன்னொரு வளர்ச்சியையும் காணலாம். சிற்றலை பேரலையாகிக் கொண்டே போகிறது. ஆனால், சிற்றலை

எழுந்த இடத்தில் புதிய சிற்றலை ஒன்றன்பின் ஒன்றாக எழுந்து முந்திய சிற்றலையைத் தொடர்ந்து சென்று கொண்டே இருக்கும். இப்புது மரபுத் தொடர்பே அலையின் உயிர் வளர்ச்சி. அதாவது ஓயாப் புது வளர்ச்சி ஆகும். இது பரப்பு வளர்ச்சியன்று, கால வளர்ச்சி அல்லது மரபு வளர்ச்சியே. இனம் என்பது இந்த இரண்டுவகை வளர்ச்சிகளும் உடைய 'உயிர் வாழ்வு' ஆகும். சிற்றலையிலிருந்து பேரலை விரிவது போல, இது குடும்பம் என்ற சிற்றின எல்லையிலிருந்து குடி, குலம், சமுதாயம், ஊர்,நாடு ஆகிய எல்லைகள் தாண்டி உலகமாக விரிவுறுவது. இந்த எல்லா எல்லைகளிலும் அது புதுப்புது அலைகளாக இன மரபின் உயிர்ப்பு ஊட்டிக் கால எல்லை தாண்டி வளர்வது.

அலை வளர்ச்சி, அலை மரபு ஆகிய இரண்டின் வளமும் விழுந்த கல்லின் ஆற்றல் அளவேயாகும். அதுபோல, இனத்தின் பரப்பு வளர்ச்சி, மரபு வளர்ச்சி ஆகியவையும் இனவாழ்வின் வளமும் அந்த இனப் பண்பின் வளத்தைப் பொறுத்ததேயாகும்.

தமிழினம் உலகின் எல்லா இனங்களுக்கும் தலைமூத்த தாய் இனம். அதன் பண்பு எல்லா இனப் பண்புகளையும்விட உரமிக்கது. இனப் பண்புகட்கு மூல உயிர் வேராய், அவற்றை முற்காலத்திலும் வளர்த்து, இன்றும் வளர்த்து, இனியும் வளர்க்கவேண்டுவது அதுவே.

இத்தகைய இனத்தில் நீ பிறந்திருக்கிறாய் தமிழா! உன் உரிமை மிகமிகப் பெரிது. உன் கடமையும் பொறுப்பும் அதன் அளவேயாகும். ஆகவே, நீ உன் உரிமை பேணாவிட்டால், நீ இழப்பது உன் உரிமை மட்டுமன்று. வருங்கால உலகின் உரிமையையே நீ அழிப்பவனாவாய் - வருங்கால மனிதப் பெரும் பேரினத்தின் வாழ்வையே உன் அறியாமையால் நெகிழவிட்டவன் ஆய்விடுவாய்! இயற்கை உன் இனத்தின் கையில் - உன் கையில், எவர்க்கும் தராத பெருஞ் செல்வத்தை நம்பி அளித்திருக்கிறது. உன் செல்வத் தந்தை உன் கையில்

ஒப்படைத்த தங்கத்தின் மதிப்பறியாமல், அதைக் கொடுத்துப் பக்கத்து வீட்டுப் பஞ்சையிடம் வங்கத்தை வாங்கி நீ பங்கமடையலாமா? அதுவும் பக்கத்து வீட்டுப் பஞ்சை நல்லறிவுடைய பஞ்சையல்லவே - உன் தங்கத்தைக் கொண்டு அந்தப் பேதை நஞ்சு உண்டுபண்ணி, அதை அமுதமென்று உனக்கும் உன் பிள்ளைகளுக்கும் மட்டுமன்றி, தனக்கும் தன் பெண்டுபிள்ளைகளுக்கும், உன் தோழர், தன் தோழர்களுக்கும், அவர்கள் குடும்பத்தினர்க்கும், கொடுத்து எல்லாரையும் கூட்டோடு கயிலாயத்துக்கு அனுப்பப் பாடுபடும் அறிவிலாப் பஞ்சையாயிற்றே!

இதை நீ எண்ணிப் பார் தமிழா!

உன்னுடன் பத்தாயிரம் ஆண்டுகளுக்கு முன் கடலக வாழ்விலே கூடிக் குலவிய தென்கிழக்காசிய 'மலாய்' இனம், அதன் கிளை நாகரிகமாகத் தோற்றிய அமெரிக்க 'மாய நாகரிக' இனம், 'இங்கா நாகரிக' இனம் - இவை யாவும் பழம்பொரு ளாராய்ச்சியாளருக்கு மட்டுமே, மாண்ட முகம் காட்டிப் பூண்டற்று மறைந்தன தமிழா! அவர்களுடன் வாழ்ந்த உன்னை இயற்கை அவர்கள் மாள்வு மறைவு மறப்புக்குப் பின்னும் மரபறாது வாழ வைத்திருக்கிறது.

இதன் பின்னரும் மூவாயிர நாலாயிர ஆண்டுகளாக உன்னுடன் உலக வாணிகப் போட்டியிட்ட வரலாற்றுக்கு முற்பட்ட தொல் பழங்காலச் சிந்துவெளி நாகரிகத்தவர், ஏலமியர், சுமேரியர், எகிப்தியர், கிரேக்க நாகரிக இனத்தவர், மிசினிய நாகரிக இனத்தவர், இத்தாலி நாட்டு எட்ரஸ்கானர், ஸ்பெயின், பிரான்சு, பிரிட்டன் நாட்டுத் துருயித இனத்தவர் - இத்தனை பேரும் மாண்டொழிந்தனர். தமிழா! உன்னிடமே அவர்கள் தங்கள் இனப்பண்புகளாகிய கருவூலங்களை விட்டுச் சென்றுள்ளனர்.

இவற்றையெல்லாம் பண்பறியாத ஒரு மூடத் தேசியத்தின் குருட்டுத் திட்டங்களில் பாழாக்கிக் கொண்டிருக்கலாமா? நீயே யோசித்துப் பார்!

இக்காரியங்களின் நிழலாக முந்தா நேற்று வாழ்ந்த கிரேக்கர், உரோமர், அழிக்கப்பட்டனர். இவர்கள் நிழலாகவும் உன்நிழலாகவும் நேற்றுப் பிறந்து இன்றே வாழத் தொடங்கியுள்ள தில்லி - சமற்கிருத - இந்தி நாகரிகம், அதை நீ வாடவைப்பதை விட்டு, அதன் கையைப் பிடித்துக் கொண்டு குருடும் குருடும் குருட்டாட்டமாடிக் குளத்தில் விழுவதா, தமிழா! சிந்தித்துப் பார்!

பண்டைய நாகரிகங்களின் உயிர் விதைகளில் ஒருசில வற்றுடன் பகுத்தறிவொளி சரிவரப் பெற்றும், வள்ளுவர்பண்பு சென்று எட்டப் பெறாமல் அதோ சரிந்து சாய்ந்து சாத்துடிப்புத் துடிக்கத் தொடங்கியிருக்கிறதே, மேனாட்டு நாகரிகம் அதைக்காத்து வளர்க்க வேண்டிய வள்ளுவர்மரபில் வந்த நீ, அதன் நிழலுருவை நோக்கி நீந்த எண்ணும் வடநாட்டு எருமையாட்சியின் வாலைப் பிடித்து நீரடி காணவா எண்ணுகிறாய், தமிழா?

எழு! விழித்தெழு! உன் இனப் பண்பின் உயிர்த்துடிப்பால் உலகுக்குப் புத்துயிர் அளிக்க உன் உரிமைக்குரல் எழுப்பு! உன் உரிமை மொழிச் சீட்டை இன்று உன் வாழ்வு மலர்ச்சிக்குப் பயன்படுத்தி, நாளைய உலக மக்கள் நன்றிக்கு ஆளாகு! இத்தனைக்கும் உதவத்தக்க உயிர்க் கருவி, உன் கைச் சீட்டு! அதை, உன் குடிஉரிமைச் சின்னத்தை உன் இன உரிமைத் திறவுகோலை, இன வாழ்வின் வித்தை, உன் இனத்தை ஓர் இனமாக மதிக்காத, அடிமை இனமாக வைத்து நடத்த விரும்புகிற ஓர் அயலினஆட்சியை வலுப்படுத்தும் வகையில் பயன்படுத்தாதே- அதை அயலினத்துக்கு விற்காதே, வீணாக்காதே!

வித்து நெல்லை விற்கிற அல்லது உண்கிற தொலையறிவற்ற உழவனைப் போல, உன் உரிமையை, இனவாழ்வை நீயே மனமாரப் பறிகொடுக்காதே! உன் உரிமைச் சீட்டை உன் உரிமைக்காக, உனக்குப் பிரதிநிதியாக நின்று போராடுபவர்க்கே பயன்படுத்து!

3. தமிழின வளர்ச்சி

தனிமனிதனின் வாழ்வைச் சுற்றிக் குடும்ப எல்லையில் சிறு வட்டமாக எழுந்த இனஅலை; குடி, சமுதாயம், ஊர், நாடு என விரிந்துகொண்டே செல்கிறது. ஆனால், அது மொழியெல்லையில் சென்றவுடன் அதன் விரிவு ஒரு நீடித்த தடைக்கு ஆளாகின்றது. இந்தத் தடை நிலையானதுமன்று, முழுத்தடையு மன்று. ஆனால், அஃது உருப்படியான, வளமான தடை ஆகும். அது கடந்து அலை யியக்கத்தின் ஒரு சிறு கூறே வெளிச் செல்கிறது.

கிட்டத்தட்ட நான்கு புறமும் கரையால் சூழப்பட்டு, பரந்த நீர்ப்பரப்புடன் ஒரு சிறு இடுக்கு வழியாகவே தொடர்பு கொண்டுள்ள சிறு நீர்நிலையின் அலை இயக்கத்துக்கு மொழி கடந்த அலை இயக்கத்தை ஒப்பிடலாம். மற்றும் அணையில் தேக்கப்பட்ட நீர், சிறு மதகு அல்லது கால்வாய் வழியாக வெளியேறுவதற்கும் அதனை ஒப்பிடலாம். ஆனால், மொழி கடந்த இயக்கம் அளவில் சிறிதானாலும், மனித இன நாகரிகத்தில் அதன் முக்கியத்துவம் சிறிதன்று. நீர்த்தேக்கத்தில் நீர் செறிவுறுவதுபோலப் பண்புகள் ஒவ்வொரு மொழியெல்லையிலும் செறிவுற்று முதிர்ச்சி அடைகின்றன. ஒவ்வொரு மொழி யெல்லையும் கிட்டத்தட்ட ஒரு தனித் தொகுதியாய் அமைவ தனால், மொழியெல்லைகள் பல வகைப்பட்ட பண்புத் திறங்களைப் பேணி வளர்க்கின்றன. இவற்றின் முதிர்ந்த நல் விளைவுகளே சிற்றலைகளாயினும், அடிப்படை மனிதப் பண்பலைகளாக, மொழி கடந்து மொழிகளை இயக்கி உலகப் பண்பாட்டை வளர்க்கின்றன. மொழிக்கு மொழி வேறுபாடு - பண்பு வளத்தைப் பெருக்குகின்றது. அதே சமயம் நிலையான முதிர் பண்புகளாகிய சிற்றலைகளின் செயல் எதிர்ச் செயல்களாக. மனிதப் பண்பாட் டின் அடிப்படை ஒற்றுமையும் சிறுகச் சிறுக, ஆனால்,நிலையாகவும் உறுதியாகவும் வளர்கின்றது.

குடும்பஇனம் கடந்து, நாம் மொழியினத்தைக் காண்பது போல, மொழியினம் கடந்து பல சமயம் மொழிக்குழுஇனமும் பண்பாட்டினமும் காண்கிறோம். செடியில் முதிர்ந்த வித்துகள் வேறு பல செடிகளாக வளர்ந்து செடியினம் வளர்ப்பதுபோல, மொழிஎல்லையில் நீடித்து நின்ற முதிர்ந்த பண்புகள் மொழி கடந்து வளர்கின்றன. மொழி கடந்த பண்பினம் வளர்க்கின்றன. மொழி கடந்த இந்தப் பண்பினத்துக்குள்ளேயே மொழிப் பண்பினமும் இருப்பதுண்டு. தமிழ் மொழி எல்லை கடந்த இந்த மொழிப் பண்பினம் அல்லது மொழிக்குழுவினத்தையே பண்டைத் தமிழர் தமிழகம் என்று வழங்கினர். நாம் இப்போது மலையாள நாடு, தெலுங்கு நாடு, கன்னடநாடு, துளுநாடு என்று வகுத்துக் காண்பவை அனைத்தும் சங்க காலத்திலே ஒரே தமிழகமாகத்தான் இருந்தது. ஆனால், தமிழகம் குறுகிவரத் தொடங்கியபோது, அவர்கள் குறுகிய தமிழகத்தைச் 'செந்தமிழகம்' அல்லது 'தமிழ் கூறும் நல்லுலகு' என்றனர். பரந்த மொழி எல்லையை இதற்கெதிராகச் சில சமயம் 'முத்தமிழகம்', 'பெருந்தமிழகம்' அல்லது 'தமிழுலகு' என்றனர்.

இச்சொற்கள் இன்று மரபிழந்த, முன்னைய பொருள் எல்லை காட்டாமல் மயக்கம் தருகின்றன. ஏனெனில், பழைய செந்தமிழகத்தையே நாம் இன்று தமிழுலகம் என்று கூறவேண்டிவர்களாயிருக்கிறோம். இதன் ஒரு பகுதியை ஆனால், பெரும்பகுதியையே - நாம் தமிழகம் என்கிறோம். பலர் திருவேங்கட முதல் தென் கன்னியாகுமரி வரையுள்ள எல்லை மட்டுமன்று, வட இலங்கையும் பண்டைத் தமிழகத்தின் ஒரு பகுதியே என்பதை எண்ணிப் பார்ப்பதில்லை. இவ்விரண்டையும் சேர்த்து நாம் இன்று பெருந்தமிழகம் என்றும், தமிழர் வாழும் பிற உலகப் பகுதிகளை அவற்றுடன் சேர்த்துத் தமிழுலகம் என்றும் கூறலாம். ஆனால், இன்றைய தமிழுலகமே பழந்தமிழகத்தை முழுதும் குறிக்கவில்லை. ஏனெனில், மலையாள, தெலுங்கு,

கன்னடப் பகுதிகள் பழந்தமிழகத்தின் பகுதிகளான தமிழின நாடுகளே.

தமிழகத்தை உள்ளடக்கிய தமிழின நாடுகளின் பரப்பை, முற்கால சமற்கிருதவாணரும் தற்கால உலக அறிஞரும் ‘திராவிடம்’ என்ற பெயரால் வழங்கினர். இதனைத் ‘தமிழகம்’ என்பதன் திரிபு என்று சிலரும், திருவிடம் என்பதன் மறுவடிவம் என்று சிலரும் கூறுகின்றனர். ஆனால், திருத்தந்தை ஹீராஸ் என்ற காலஞ்சென்ற பழைமை வரலாற்றாராய்ச்சிப் பேரறிஞர் கருதுகிற படி அது ‘தமிழ்’ என்பதில் அடங்கிய பழைய இனப்பெயராகிய 'இழ்' 'இழம்’(ஈழம்) 'இடம்' என்பதனுடன் தமிழரிடையே உலகெங்கும் பரவிய நெய்தல் நில இனத்தவரான திரையர் பெயரும் சேர்ந்த இணைச் சொல்லேயாகும் எனலாம்.

தமிழகத்தில் தமிழ்க் குடும்பத்திலிருந்து பரந்து விரிவுற்ற இன வளர்ச்சி மரபு இங்ஙனம் தமிழ் மொழியின் எல்லையாகிய தமிழகம், பெருந்தமிழகம், தமிழுலகம் ஆகிய பரப்புக்களிலும், தமிழினப் பண்பெல்லையாகிய திராவிடத்திலும், அதிலும் விரிந்த தமிழ் ஆட்சி, தமிழ் நாகரிக எல்லைகளாகிய தென்கிழக்காசியா, இந்தியா ஆகிய பரப்புகளிலும், பண்டை நாகரிக மறுமலர்ச்சித் தொடர்பு மூலம் இவ்வெல்லைகள் கடந்து நாகரிக உலகெங்கும் பரவியுள்ளது பரவி வருகிறது.

இச் செய்திகளில் பலவற்றை, தமிழரை ஆளும் இன்றைய அயலினங்களும், அவற்றின் ஆதிக்கமே பரவிய இன்றைய உலகும் புறக்கணிக்கின்றன; இருட்டடிக்கின்றன. தமிழன் உரிமையாட்சி பரவும்பரை இந்த இருட்டடிப்பு ஆட்சியாளர் குறுகிய தன்னலத்துக்குரிய அறிவுத்துறை சார்ந்த இருட்டடிப்பாக இருந்தே தீரும். ஆகவே, தமிழன் தன் உண்மை வரலாறு காண வேண்டுமானால், உலகுக்குத் தன் முன்னோர் தந்த, தந்துள்ள பண்புகளை விளக்கமுறக் காண விரும்பினால், அதற்குக்கூட அவன் முழு இனவிழிப்பும் அரசியல்விழிப்பும் பெற்றாதல் வேண்டும். தேர்தலைத்

தமிழன் புறக்கணித்தால், தன் இன்றைய குறுகிய அடிமை நலன்களை எண்ணி இனப்பண்பற்றவர்களே 'குடியாட்சி நாடகம் நடிக்கும்படி' விட்டுவிட்டால், அவன் தன் இனத்தின் கொலைகாரன் மட்டுமல்லன் உலகில் தானும் தன் இனமும் பெறவேண்டிய இடத்தைப் பெறாமலும், உலகுக்குத் தானும் தன் இனமும் செய்யவேண்டிய கடமையைச் செய்யா மலும் இருந்து, வருங்கால உலகுக்குக் கேடு செய்தவனாவான்.

தமிழன் உலகைத் தன் வயமாக்கத் தயங்கலாம். ஆனால், இது போலி மயக்கத்தால் வரும் தயக்கமே. ஏனெனில், தமிழ்மொழி மட்டும்தான் தமிழர்க்குரியது. தமிழ்ப் பண்பு உலகத்துக்குரியது. ஏனெனில், தமிழ்ப் பண்புதான் தாய்மொழிப் பண்பு. ஆங்கிலேயன் ஆங்கிலமொழிப் பண்பில் நின்று உலகப் பண்பு வளர்த்தால், சீனன் சீனமொழிப் பண்பில் நின்று உலக நலன் வளர்த்தால், அதுவே தமிழ்ப்பண்பு. இஃது இன்றைய ஆசியாவில் அரும்பண்பு. இந்தியாவிலே மருந்துக்குக்கூடக் கிடையாத பண்பு. ஏனென்றால் வட இந்தியாவிலே பண்பில் சிறந்த வட இந்திய மொழியாகிய வங்கமொழிகூட ஆங்கிலப் பண்பையோ, சமற்கிருதப் பண்பையோ, இந்திப் பண்பையோ சார்ந்தே வளரவேண்டிய நிலை, அவசிய நிலையாகவும், இயல்பான இன்றியமையாத நிலையாகவும் கருதப்பட்டு வருகிறது.

தன் குடும்பப் பண்பில் ஊன்றி நின்று இனப்பண்பு வளர்த்து, தன் இனப்பண்பில் ஊன்றி நின்று படிப்படியாக விரிவுற்று உலக வளம் பேணுவதே தமிழ்ப் பண்பு. இதுவே நேரிய நாகரிகப்பண்பும், நன்மனித இனப்பண்பும் ஆகும். இதற்கு நேர்மாறான பண்புகள் முட்காடாய் வளர்ந்துள்ள இந்தியாவிலே, அகில இந்தியக் கட்சிகளும் அகில உலகக் கட்சிகளும் தமிழகத்தில் வேரூன்றி, இங்குள்ள உலக நாகரிகத் தலையூற்றை, வள்ளுவர் மரபை அழிக்கும் நச்சுக் கலைகளாக, பயிர்வளம் கெடுக்கும் காளான்களாகச் செயலாற்றுகின்றன.

தமிழன் இந்த அகில இந்தியக் கட்சிகளிலும் அகில உலகக் கட்சிகளிலும் இன்று தன் வயமற்ற, தன் உரிமையற்ற

அடிமையாய், அகில இந்தியத் தலைமை பெற்ற காளான் தலைவர்கள் கைப்பாவையாய் இயங்குகிறான். அந்நிலையைத் தமிழன் மாற்ற முடியுமானால், மிக நன்று. ஆனால், இஃது எளிதன்று என்பதைக் காங்கிரசிலே அறிவும் ஆற்றலும் நிறைந்த வ.உ.சிதம்பரனார், டாக்டர் நாயுடு, திரு.வி.கலியாணசுந்தரனார், பெரியார் ஈ.வெ.இராமசாமி ஆகியோரின் புகழ்சான்ற தோல்வி வரலாறுகளும், தொழிலாளர் இயக்கம், பொதுவுடைமை இயக்கம், சமதர்ம இயக்கம் ஆகியவற்றை இந்தியாவிலேயே தொடங்கிவைத்த பெருந்தமிழ்த் தலைவர்களின் மறந்துபட்ட வரலாறுகளும் காட்டும். ஆகவே, தமிழகத்தில் தமிழன் உரிமை நாட்டாலும், தென்கிழக்காசியாவில், இந்தியாவும், அகல் உலகில் உண்மையான குடியாட்சி, சமதர்மப் பண்புகளின் பக்கம், தமிழன் ஒத்துழைப்புக்குக் கிடைக்கச் செய்யவும் ஒரேவழி, தமிழினத்தின் பெயரால் தமிழக ஆட்சியில் இடம்பெற்று அதன் அடிமை விலங்கை உடைக்க முற்படும் தமிழியக்கத்தவர்களைச் சட்டமன்றங்களில் வலுப்படுத்துவதேயாகும்.

தமிழகத்துக்காகப் பாடுபடும் உரிமை, தம்மைத் தமிழர் என்று கூறிக் கொள்ளும் உரிமை. நம் நாட்டுக்குத் தமிழகம் என்று பெயர் சூட்டும் உரிமைகூட அற்றதுதான் இன்றைய சென்னை அமைச்சரவை, சென்னை அரசியல். ஆனால், அந்த உரிமைக்குப் பாடுபடுதல் வேண்டுமானால் காங்கிரசு ஆட்சி ஒழிந்தாதல் வேண்டும். அது மட்டுமன்று. இன்றைய அகில இந்தியக் கட்சிகள், அகில உலகக் கட்சிகளின் பிடி, தமிழன் குரல்வளையைவிட்டு விலகியாதல் வேண்டும். தமிழக விடுதலைக்குப் பின் தென்கிழக்காசிய இயக்கங்கள், இந்திய, ஆசிய இயக்கங்கள். உலக இயக்கங்கள் இப்போதிருக்கும் சடஇயக்கங் களாயிராமல், உயிரியக்கங்களாக, தமிழகமும் தன்னுரிமையுடன் உயிர்ப்பங்கு கொள்ளும் இயக்கங்களாக இயங்கலாம். அவ்வாறு இயங்கவும் தமிழினக் கட்சி ஒன்றே பாடுபடமுடியும். ஆகவே, நல்ல தமிழன் காங்கிரசில் இருந்தாலும் சரி, வேறு கம்யூனிஸ்ட், சோஷலிஸ்ட், பிரஜா

கிசான் - மஸ்தூரர் இயக்கங்களிலிருந்தாலும் சரி - அவன் தற்போதைய இலட்சியக் கடமை தமிழினப் பணி செய்பவர் களையே வருங்கால அகில ஆசிய, அகில உலகக் கட்சியாளராகக் காண்பதேயாகும்! ஏனெனில், தமிழர் உரிமைத் தலைவர் கைப்பட்ட பின்னரே பெயரளவில் கூட அக்கட்சிகளுக்குத் தமிழகத்தில் தமிழ்ப் பெயரும், இந்தியாவில் இந்தியப் பெயரும் அமையமுடியும். பொதுமக்களிடையே அவர்கள் தம்மை அறிமுகப்படுத்த இன்று வழங்கும் ஆங்கிலப் பெயர்கள் நீங்கி, தமிழ்ப் பெயர்கள் அல்லது மற்றத் தாய் மொழிப் பெயர்களாக அமையும்.

ஆகவே, தமிழா! படிப்படியாக உலகளாவ, உலகப் பண்பளாவ, வளர்ந்த உன் தமிழ் இனம் வாழ, அதன்மூலம் உலகு புதுவாழ்வு, புது மலர்ச்சி காண, உன் உயிர் உரிமைகளுக்குப் பாதுகாப்பான உயிர்ச்சீட்டை உன் உரிமை காக்க முன்வரும் கட்சியினர்க்கு அளிப்பாயாக!

4. மொழி உரிமை

இந்தியாவின் தாய்மொழிகள் நூற்றுக்கணக்கானவை என்று கூறப்பட்டாலும், முக்கியமானவை ஓர் இருபதுதான். இவற்றுள் வடமேற்கில் சிந்து வெளியில் உள்ள மொழிகள் பிரிட்டிஷ் ஆட்சியில்கூட இறுதிக் காலத்திலேயே இலக்கிய வடிவும் மொழியுருவும் பெறத் தொடங்கியுள்ளன. தவிர, ஆரிய இன மொழிகள் அனைத்துமே பிரிட்டிஷ் ஆட்சிக்குச் சற்று முற்பட்டே இலக்கிய வடிவமும், மொழி வடிவமும், மொழிப் பெயரும் பெற்றன. உண்மையில், பாரத நாடு பழம்பெரு நாடு என்றும், பிரிட்டன் புதிய தற்கால நாகரிக நாடு என்றும் கூறப்படுகிறதானாலும், இலக்கிய வகையில் பிரிட்டன்தான் பழம்பெரு நாடு.பண்டை இலக்கிய வளமுடைய நாடு. பாரத நாடு தென்னாட்டை நீக்கிப் பார்த்தால் ஆங்கில நாட்டைவிடக்கூட மிகப் புத்தம் புதிய நாடு என்னலாம்.

பாரத தேசத்தின் வடபகுதியைக் காட்டிலும், உலகின் மற்றெப் பகுதியைக் காட்டிலும் பன்மடங்கு பழம்பெருமையும் வளமும் வாய்ந்த இலக்கியமுடையது தென்னாடு. உண்மையில் சமற்கிருதத்தின் பழைமைகூடத் தென்னாட்டரசர் பேரரசர்கள் - சிறப்பாக ஆந்திரர், சாளுக்கியர், பல்லவர், கங்கர் - தாய்மொழி பேணாமல் பாளி சமற்கிருத மொழிகள் பேணியதன் பயனே யாகும். அப்படியும் மலையாளம், தெலுங்கு, கன்னடமொழிகள் கிட்டத்தட்ட சமற்கிருதத்துடன் ஒத்த பழம்பெருமை உடைய இலக்கிய மொழிகளேயாகும். தமிழோ பிற தென்னாட்டு மொழிகளையும் சமற்கிருதத்தையும் கடந்த மிகப்பெரிய இலக்கியப் பழைமை யுடையது.

பாரத தேசத்திலே இங்ஙனம் பழம்பெருமைக்குரிய தாய்மொழி தமிழாக இருக்க, பாரதத்தின் பழம்பெருமையே பேசுபவர்கள் அதைப் புறக்கணித்து ஒதுக்கி, தமிழ்போலப்

பழைமை புதுமைப் பெருமையோ, வங்காளிபோலப் புதுப் பெருமை மட்டிலுமோகூட அடையாத இந்திக்கே சலுகையும் உரிமையும் ஆதிக்கமும் அளிக்கப் பெரும்பாடு படுகின்றனர். நாகரிக அடிப்படையில், கலை இலக்கிய அடிப்படையில், பண்பாட்டு அடிப்படையில், இந்தியாவின் பெருமைக் குரிய ஒரு தேசிய மொழி வேண்டுமென்றால், அது தமிழைத் தவிர வேறு எதுவாகவும் இருக்க முடியாது. இந்தியாவின் வரலாற்றில் ஒவ்வொரு நூற்றாண்டையும் நிழலிட்டுக் காட்டவல்ல, இந்திய நாகரிகத்தின் அடிப்படைப் பண்புகளின் சின்னமான மொழி தமிழ் ஒன்றே! ஆனால், அந்த ஒன்றுமட்டும்தான் அகில இந்தியக் கட்சிகளாலும் அகில உலகக் கட்சிகளாலும் புறக்கணிக்கப் படுகிறது; எதிர்க்கப்படுகிறது; இருட்டடிக்கப்படுகிறது.

இஃது எதனால்? இதற்குப் பொறுப்பு யார்?

இதற்குப் பொறுப்பு தமிழர்கள்தாம் ஒருபுறம் தமிழ்ப்பண்பு பேணாமல், தமிழிலேயே உள்ள சமய ஏடுகளான தேவாரம்,திருவாசகம், திருநாலாயிரம் முதலிய ஏராளமான பத்தி நூற்களைக்கூடத் திரும்பிப் பாராமல் - புராணங்களில் கூடத் தமிழ்ப் பெரும்புராணங்களான பெரிய புராணம், திருவிளை யாடற் புராணம் ஆகியவற்றைப் பாராட்டாமல், இலக்கியப் பண்பற்ற, சமயப்பண்பும் பத்தித் திறமுமற்ற சமற்கிருதப் பஞ்சை இதிகாசப் புராணங்களைப் பரப்புவதிலேயே ஈடுபட்டுள்ள தமிழர், ‘உயர் குடித்தமிழர்’ என்ற உரிமையை அயற்பண்பாட்சிக் காலங்களில் பெற்ற இனப் பற்றற்ற தமிழர் சிலர் உள்ளனர். அயலாட்சிகளிலும், அயற்பகையாட்சிகளிலும் இத்தகையவர்க்குச் சலுகைகள், உரிமைகள் பெருகி வந்ததனால், இத்தகையவர்களே ஆட்சி வகுப்பினராகியுள்ளனர். செல்வர்கள் பெரும்பாலும் இவர்கள் பக்கம் சாயவே நேர்வதால், தமிழ்ப் பற்றும் தமிழ் உரிமை யும் உடையவர்களுக்குப் பல இக்கட்டுகளும் வறுமைச் சூழல்களும், தமிழை எதிர்ப்பவர்கள், அழிப்பவர் களுக்கே புகழும் செல்வவளமும் பதவியும் பெருக வழி ஏற்படுகிறது. தமிழ், தமிழகப் பத்திரிகைகள், வானொலி, கல்வி

நிலையங்கள் அலுவலகங்கள் ஆகியவற்றிலும் தமிழ்மொழி உரிமையற்ற நிலையிலும் தமிழ்ப்பண்பு சென்று இவற்றை அணுகமுடியா நிலையிலுமே உள்ளன.

தமிழைத் தாழ்த்தும் இப்பொதுச் சூழல்களல்லாமல் அரசியல் கட்சிகளால் ஏற்படும் ஒரு சிறப்புச் சூழலும் சென்ற அரை நூற்றாண்டாகச் செயலாற்றுகிறது. அகில இந்திய இயக்கமாக மட்டுமன்றி உலக இயக்கமாகவும் செயலாற்றிய பிரமஞான சங்க இயக்க முதல் காங்கிரசு, சோஷலிஸ்ட், கம்யூனிஸ்ட், பிரஜா சோசலிஸ்ட் கட்சிவரை எல்லா அகில இந்திய, அகில உலக அமைப்புகளிலும் தமிழ்த்தொடர்பற்ற அல்லது தமிழ்ப்பண்பை எதிர்க்கின்ற அல்லது குறைந்த அளவு தமிழ்ப்பண்புக்கு உழைக்காதிருக்கும் நன்மதியுடைய தமிழர்களே இடம்பெற முடிகிறது. அவ்வமைப்புகளிலுள்ள தமிழருள் பலர் தனிப்பட்ட முறை யில் இதை உணர்ந்திருந்தாலும், தமிழகத்துக்கு வெளியிலுள்ள தலைவர்கள் ஆதரவைப் பெறவும், பிறகு தமிழர் அந்த ஆதரவைப் பெறுவதில் முந்திக் கொள்ளாமல் தடுக்கவும், இத்தகையவர்களும் தம் தமிழ்ப்பண்பு எதிர்ப்பில் முனைந்து நிற்கவேண்டியது அவசியமாகியுள்ளது. இன்னும் அவசிய மாகவே இருக்கிறது.

அகில இந்திய இயக்கத்தில் தமிழ்ப் பண்பின் பெயரால் கிளர்ச்சி ஏற்பட்டது ஒரே ஒரு தடவைதான். உயர்திரு.சக்கர வர்த்தி இராஜகோபாலாச்சாரிக்கு எதிராக உயர்திரு.காமராசர் தமிழ்நாடு காங்கிரசுக் கமிட்டி'த் தலைமைப் பதவிக்குப் போட்டியிட்ட சமயம் அது. ஆனால், இச்சமயத்திலும் 'தமிழ்ப் பண்பின்' பெயர், ஒரு சாதி எதிர்ப்பாக மட்டுமே செயலாற்றிற்று என்றே சொல்லுதல் வேண்டும். ஏனென்றால், இராசகோபாலாச் சாரியாரை எதிர்ப்பதற்காகத் திரு.காமராசர் அகில இந்தியத் தலைவர் பண்டித நேருவுக்குக் கைப்பிள்ளையாக நடக்கவேண்டி வந்துள்ளது. தவிர, இராசகோபாலாச்சாரியாரை விடக் காமராசர் எந்த வகையில் நல்ல தமிழன் என்று கேட்டால் வெளிப்படையாகக் கூறத்தக்க பதில், இராசகோபாலாச் சாரியாரைப்போலக்

காமராசர்க்குச் சமற்கிருதம் தெரியாது, ஆங்கிலம் தெரியாது என்ற எதிர்மறைப் பகுதியே கூறவேண்டி வரும். ஆனால், இராசகோபாலாச்சாரியார் தமிழில் நல்ல பேச்சாளர், நல்லதொரு எழுத்தாளரும் கூட. அத்துடன் தவறான மதப்பற்றுக் காரணமாகத் தமிழைவிட அவர், சமற்கிருதத்துக்குப் பேராதரவு கொடுத்தாலும், தன் கொள்கையில் உறுதியாக நிற்பதிலும், எதிர்த்தரப்பை உணர்ந்து கொள்வதிலும் அவர், பழந்தமிழரின் நக்கீரர். வணங்காமுடிப்பண்பும், வள்ளுவர் சமரசப் பண்பும் உடையவர். காமராசரோ ஆதிக்கத்துக்குமட்டுமே பணிபவர்.இனப்பற்றற்றவர். தமிழறிவும் தமிழ்ப்பண்பும் அற்றவர். இந்நிலையில் தமிழ்ப் பண்பின் பெயரால் அவர் வென்றா ரென்பது சாதிப்பெயரால் வென்றார் என்பது தவிர வேறு பொருள் உடையதன்று. வேறு எந்த வகையில் அவர் 'பச்சைத் தமிழன்' என்பதையும் எவரும் காண முடியாது. ஏனெனில் தமிழறிவில், அவர் இராசகோபாலாச்சாரியார்க்குக் குடை பிடிக்கும் தகுதிகூட அற்றவர். தமிழ் இனப்பற்றிலும் அப்படியே! தமிழ் என்ற பெயரை உரத்துக்கூவ, தமிழ்க்குப் போராடக்கூட இராசகோபாலாச்சாரியார் முன்வந்ததுண்டு. அந்தப் பிழையைக் காமராசர் வாழ்வில் எவரும் காணமுடியாது!

இங்ஙனம் தமிழகத்தில் தமிழ் புறக்கணிக்கப்படுவதற்கும், தமிழ்ப் பண்பு தாழ்த்தப்படுவதற்கும், அகில இந்திய, அகில உலகக் கட்சிகளிலுள்ள தமிழர்களின் தன்னல அடிமைத் தனமே பெரிதும் காரணம் ஆகும் என்னலாம்.

தமிழகத்தில் பிரிட்டிஷ் ஆட்சியில் நடைபெற்ற முதல் தேர்தல் 1907ஆம் ஆண்டு மிண்டோ-மார்லி சீர்திருத்தத்தின் போது நடைபெற்றதாகும். அது பொதுமக்கள் வரை வந்து எட்டாத தேர்தல் முறை. மற்றும் தமிழகமோ இந்தியாவோ அரசியல் விழிப்புப் பெறாத காலம் அது.1922ஆம் ஆண்டு நடை பெற்ற தேர்தலின்போது தமிழகத்தில் மட்டுமின்றி இந்தியா விலேயே மக்கள் வாக்குப் பெற்று ஆட்சியைத் தொடங்கிய முதல்கட்சி, தென்னாட்டு நீதிக் கட்சியே. அகில உலக, அகில

இந்தியக் கட்சிகளைப் போலவே, தென்னாட்டுக் கட்சியிலும் தலைவர்கள் தமிழகத்துக்கு வெளியிலுள்ளவர்களே. ஆயினும், அக்கட்சி பெரிதும் தமிழ் மக்கள் எழுச்சியின் பயனாக, அவர்கள் பிரதிநிதி யாகவே ஆண்டது. அத்துடன் கட்சியைத் தோற்றுவித்த முதல்வர் டாக்டர் சி.நடேசனாரும், கட்சியின் மிகப்பெரும்பாலான தொண்டர்களும், ஆதரவாளர்களும் தமிழர்களே.1922-லிருந்து 1937 வரை கிட்டத்தட்ட இருபது ஆண்டு இந்த நீதிக்கட்சி ஆண்டதன் பலனாகத் தமிழகம் பொதுவாகக் கல்வியிலும், சிறப்பாகத் தாய்மொழிக் கல்வியிலும் உணர்ச்சியிலும் பிறமொழி நாடு களைவிட இன்று மேலோங்கியுள்ளது என்பதில் ஐயமில்லை.

பிரிட்டிஷ் ஆட்சியை ஒழித்துக் கீழ்த்திசை விடுதலை தந்த அளவில் காங்கிரசு மற்ற மாகாண மக்கள் உள்ளங்களைவிடத் தமிழர் உள்ளங்களைப் பேரளவில் ஈர்த்தது என்பது மறக்கமுடியாத உண்மை ஆகும். 1937ஆம் ஆண்டுத் தேர்தலின் புள்ளி விவரங்கள் இதைத் தெள்ளத் தெளிவாகக் காட்டும். தமிழகத்திலே காங்கிரசுக் கட்சிக்கு மிக ஏராளமான ஆதரவு கிட்டியது - உறுப்பினர் தொகையில் மட்டுமன்று, மொழிச் சீட்டுகள் வகையிலும்! தமிழகம் இதில் பெருமைகொள்ள இடமுண்டு ஆனால், மகிழ இடம் கிடையாது. ஏனெனில், முதல் காங்கிரசு அமைச்சரவை தமிழகத்துக்குச் செய்த தீங்குகள் பல- மறக்க முடியாத, மன்னிக்க முடியாத தீங்கும் ஒன்று உண்டு. தமிழர் பெயரால் ஆட்சியை மேற்கொண்டு, இந்திய அரசியலிடையே ஒப்பற்ற பெருமைகொண்ட தமிழர் இராசகோபாலாச்சாரியார், வேறு எந்த மாகாணமும் வடஇந்திய மாகாணம் கூட, செய்யத்துணியாத செயலை இந்தித் திணிப்பைத் தமிழகத்தில், தமிழரைத் துரும்பாக மதித்து, ஏமாளிகளாகக் கருதிச் செய்யத் துணிந்தார்.

தூங்கிவழிந்த தமிழனுக்குத் தமிழ் உணர்ச்சியும் தன்மான உணர்ச்சியும் ஊட்டிய வகையில் - சமூகச் சீர்திருத்த, சமயச் சீர்திருத்த இயக்கமாக மட்டுமே அதுவரையில் நிலவியிருந்த தன் மதிப்பு இயக்கத்தையும், அரசியலியக்கமாக மட்டும்

நிலவிவந்த நீதிக் கட்சியையும் ஒரே தமிழ்த் தேசிய இயக்கத்தின் முதுகெலும்பாக்கி, திராவிட இயக்கமாக வளர்த்த வகையிலும்; தற்காலத் தமிழ் மறுமலர்ச்சி இயக்கத்தைத் தூண்டிய வகையிலும் இது மிகப்பெரிய நற்செயல் என்றே கூறுதல் வேண்டும். ஏழாயிர, பத்தாயிரங் கல்லுக்கு அப்பாலுள்ள அயலின மாகிய பிரிட்டிஷார் ஆட்சிகூட எழுப்பமுடியாத தமிழர் தேசியத்தைத் தமிழ்ப் பகை இனத்துடன் அளாவிய இந்தத் தமிழரால் எழுப்பிவிட முடிந்தது! ஆனால் அச்செயல் இராசகோபாலாச் சாரியாருடைய தமிழ்ப் பண்புக்கோ, காங்கிரசிலுள்ள தமிழர் தமிழ்வீரத்துக்கோ சான்றாகக் கூறக்கூடிய செயலன்று.

நீதிக்கட்சி வெள்ளையரை ஆதரித்த கட்சி, தன்னாட்சியை விரும்பாத கட்சி என்று அன்று விளக்கம் தரப்பட்டது. ஆனால், இஃது உண்மையன்று. ஆயினும், நீதிக்கட்சி தன் கொள்கையைப் பரப்பப் பலம் இல்லாததால் இதற்கு மாற்றுரை தரமுடியவில்லை. ஏனென்றால், நீதிக்கட்சி ஆளும் கட்சியாய் இருந்ததேயன்றி, ஆளும் இனமாய் இருந்ததில்லை. பத்திரிகைகள், கல்வி நிலை யங்கள், ஆட்சி நிலையங்கள் இன்றுபோல் அன்றும் அகில இந்தியக் கட்சியின் கையிலேயே இருந்தன. இதனால் நீதிக்கட்சியை அகில இந்தியக் கட்சி தன் கொள்கை விளக்கத்தினாலேயே வென்று, மக்களிடம் நீதிக் கட்சியின் இனமாகவே சென்று எட்டியது.அத்துடன் நீதிக்கட்சி தன்னைப் பிராமணரல்லாதவர் கட்சி என்று கூறிக்கொண்டதால், ஆட்சியினத்தின் பெரும் பகுதி யாகவும் செல்வாக்கும் மதிப்பும் அறிவும் திறமையும் மிக்கதாகவும் உள்ள பிராமண சமுதாயத்தின் பகைமையை அது வரவழைத்துக்கொண்டது. நீதிக்கட்சி விரும்பிய தன்னாட்சி அகில இந்தியக் கட்சிக்கு மட்டும் உரிய தன்னாட்சியன்று, தமிழர்களுக்கும் தாய்மொழிப் பற்றுடைய வர்க்கும் உரிய தன்னாட்சியே என்பது இக்காரணங்களால் பொதுமக்களுக்குத் தெரியவாராது போயிற்று. நீதிக்கட்சி ஆளும் அயலாரை மட்டுமன்றி, அவர்கள் ஆட்சிக்கே காரணமாயிருந்த அயல் பண்புகளையும், அவற்றை

ஆதரிக்கும் ஆட்சியினத்தையும் ஒருங்கே எதிர்க்கத் துணிந்தது. ஆனால் அஃது, ஆளும் இனம் என்பது பிராமணர் மட்டுமே என்று கருதி அவர்களைப் பகைத்துக்கொண்டு வீழ்ச்சியடைந்தது.

நீதிக்கட்சியின் வீழ்ச்சியும் காங்கிரசுக் கட்சியின் வெற்றியும் மேலீடாக மக்கள் வெற்றி என்று தோன்றினாலும்; உண்மையில் அது தமிழ்ப் பண்புடையவர்களின் தோல்வியாகவும், தமிழ்ப் பண்பின் எதிரிகளின் வெற்றியாகவுமே முடிந்தது.

காங்கிரசுக் கட்சியில் பிராமணர் உண்டு. பிராமணரல் லாதார் உண்டு. ஆதித்திராவிடர் பிரதிநிதிகளும், கிறித்துவர், முசுலிம்களும்கூட உண்டு. ஆனால், தமிழ்ப் பற்றுடையவர் அப்பக்கம் நாடவில்லை-நாடியவர்களைக் காங்கிரசு மேலிடம் மண்டையில் குட்டி வெளியேற்றவும் தயங்கவில்லை. காங்கிரசில் எவர்க்கும் பின்னடையாத பற்றும் வீரமும் உடைய எத்தனையோ தலைவர்கள் தமிழ்ப்பற்று இருந்த ஒரே குற்றத்துக்காக எதிர்க்கட்சியினராக, ஏதிலராக நடத்தப்பட்டு வந்தனர்- வருகின்றனர். எடுத்துக்காட்டாக, தமிழரசுக் கட்சித் தலைவர் திரு.ம.பொ.சிவஞானம் மேலிடத்தின் கையில் பட்ட அவதி களையும் அவமதிப்புகளையும் கூறலாம். தமிழ்ப்புலவர் திலகமும் தென்னாட்டுத் திலகருமான நாவலர் சோமசுந்தர பாரதியார், கவிபாடும் ஆற்றலும் புலமைத் தகுதியுமுடைய இராய. சொக்கலிங்கனார், ஒத்துழையாமைப் போரில் பி.எல்.பட்டத்தைப் பறக்கடிக்க விட்டுக் காங்கிரசுத் தொண்டிலே சீரும் சிறப்பும் இழந்த திரிகூடசுந்தரனார், தமிழகக் காங்கிரசையே படைத்து உருவாக்கி அகில இந்தியக் காங்கிரசைப் புரட்சிக் காங்கிரசாக்கிய வ.உ.சிதம்பரனார் ஆகியவர்கள் தமிழ்ப்பற்று ஒன்று காரணமாகவே காங்கிரசில் தண்டனை பெற்றவர்கள் ஆவர்.

நீதிக்கட்சியின் வீழ்ச்சியின் பின்னரே இந்த உண்மையைத் தமிழர் உணர்ந்துகொண்டனர். அதன் பயனாக அவர்கள்

தேசியம் 1939ஆம் ஆண்டு தமிழகத்தில் நடைபெற்ற இந்தி எதிர்ப்பியக்கத்தால் வளர்ச்சியடைந்தது. ஒரு தடவை தம் பிரச்சாரபலத்தால் தமிழரை ஏமாற்றி வெற்றிபெற்றுவிட்டாலும், இந்தித் துறையில் அகில இந்தியத் தலைமை இதனால் புதிய பாடங்கள் கற்றுக் கொண்டது. தமிழரை எதிர்த்து இந்தி புகுத்துவதென்பது ஆபத்தானது-நய நாகரிகச் சூழ்ச்சிகளாலேயே இந்தி புகுத்தப்படுதல் வேண்டும் என்று அவர்கள் முடிவு செய்தனர். அவர்கள் நினைத்தது சரியே. ஏனென்றால், 'இந்தி கட்டாயப் படுத்துவதைத்தான் நாங்கள் எதிர்க்கிறோம். அது விருப்பத்துக்கு விடப்பட்டதானால் எதிர்க்கமாட்டோம்' என்று இந்தி எதிர்ப்புக் கோட்டைக் குள்ளேயே சிலர் சொல்லத் தொடங்கினர்.

அகில இந்தியத் தலைமை கற்றுக்கொண்ட இன்னொரு பாடம் கூடிய மட்டும் தமிழரைக்கொண்டே முடியுமானால் அரசியல் துறையில் மட்டுமன்றி, ஓரளவு தமிழ்த்துறையிலும் செல்வாக்குடைய தமிழரைக்கொண்டே மென்னயமிக்க சூழ்ச்சி முறைகளாலேயே இந்திப் பிரச்சாரம் செய்தல் வேண்டும் என்பதே. பல 'நல்ல தமிழர்' ஏடுகளில்-சிறப்பாக ஆட்சியாளர் பரிசுகளும், ஆட்சியாளர் ஆதரவு பெற்ற நிலையங்களின் பரிசுகளும் பெற்று, அவர்களுக்கு நல்லவர்களாக நடத்தல் வேண்டும் என்ற கடப்பாட்டை மேற்கொண்ட தமிழர் ஏடுகளில்- இதன் மறைமுகமான சுவடுகளைக் காணலாம்.

அகில இந்தியத் தலைமையின் மூன்றாவது பாடம் பிரச்சாரக் கருவிகளையும் அரசியல் நிலையங்களையும் இந்திப் பிரச்சாரத்துக்குப் பயன்படுத்தி நல்விளைவு காண்பது என்பதே. இதனாலேயே இந்திய அரசாங்கத்தில் ஒரு துறை என்று கூறும் அளவுக்கு இந்திப் பிரச்சார சபையின் ஆற்றல் வளர்க்கப்பட்டது. கட்டாயமற்ற விருப்பப்பாடம் என்ற பெயரிலேயே பள்ளிக் கூடங்கள் இந்தியை வளர்க்கும்படி தூண்டப்பட்டன. தமிழகம் தனி நாடாகப் பிரிய முடியாதபடியும் அந்த எண்ணம் எழாத படியும் தலைமை,

பல முயற்சிகளை அணிமைவரை மேற் கொண்டிருக்கிறது. 'தட்சிணப் பிராந்தியம்' இவற்றுள் முக்கியமானது. கூடியமட்டும் தமிழ், தமிழர், தமிழகம் என்ற பெயர், உலக அரங்குக்கு எட்டிவிடக் கூடாது என்பதும், தமிழ் என்ற பெயரைத் தமிழரே படிப்படியாக மறக்கும்படி செய்தல் வேண்டு மென்பதும், தமிழகத்திலேயே பிறமொழியினர்க்குப் பதவிகள் கொடுத்தும் பிறமொழியினரைக் குடியேற்றியும், அவர்கள் தொழில், வாணிக முயற்சிகளுக்கு ஆதரவளித்தும் தமிழினத்தின் தனித்தன்மையையும் தமிழர் தனி உரிமையையும் தனிஆற்றலையும் அழித்தல் வேண்டுமென்பதும் அகில இந்தியத் தலைமையின் எழுதாத் திட்டங்கள் ஆகும். அகில இந்திய வானொலித் தமிழகக் கிளைகளில் கூடிய மட்டும் தமிழல்லாத மொழிகளுக்குச் சலுகைகள் தருவதும், அதே வகைச் சலுகை தமிழகத்துக்கு வெளியே தமிழுக்கு எந்த இடத்திலும்-சித்தூரிலும் நெல்லூரிலும் பெருவாரி தமிழரைக் கொண்ட ஆந்திர மாகாணத்திலோ, திருவனந்தபுரத்திலும் ஆலப்புழையிலும் புறவூரிலும் தெற்கு மேற்குத் திருவாங்கூரிலும் ஏராளமான தமிழரைக் கொண்ட கொச்சியிலோ தரப்படாதது காணலாம். தமிழையே பிறமொழியாளர் பாணியில் ஒலிப்பதும், பிற மொழிச் சொல்லின் மூலம் தாய்மொழியிலேயே பிற மொழிப்பிரச்சாரம் செய்வதும் இவற்றைவிட நயமிக்க சூழ்ச்சிகள் ஆகும். மற்றும் ஊர்தி நிலையங்கள் அஞ்சல் அட்டைகள், கூடுகள் ஆகியவற்றின் மூலமும் நாணயங்கள் மூலமும் செய்யும் இந்திப் பிரச்சாரம் வெறும் பிரச்சாரம் அன்று, பலவந்தப் புகுத்தீடே யாகும். இது செய்யும் அரசியல், தன்னைக் குடியாட்சி அரசியல் என்று கூறிக்கொள்வது உலக அதிசயங்களில் ஒரு புது உலகஅதிசயம் எனலாம்.

அகில இந்தியத் தலைமையின் நான்காவது படிப்பினை தான் மிக மிக ஆபத்தானது. உண்மையில் ஏதோ தன்னலம், தன் குழுநலங்களை எண்ணி இந்தியை ஆதரிக்கத் துடிதுடித்து முன்வந்த சக்கரவர்த்தி இராசகோபாலச்சாரி யாரையும் அவர்போன்ற பல தமிழரையும்கூட அது திகைக்க வைத்து

விட்டது. உத்தியோகம் வகிப்பதற்கு அல்லது வகிக்க அவசியமான தேர்வுகள் எழுதுவதற்கு இந்தி அறிவு அவசியம் என்ற ஏற்பாடே அது. இது மிகவும் நயவஞ்சகச் சூழ்ச்சி என்பது சற்று ஆர்ந்தமர்ந்து பார்த்தால் தெரியும். ஏனென்றால், மனிதர்க்கு இயல்பான தன்னலமே இங்குத் தேசியத்தை அழிக்கும் கருவியாகப் பயன்படுத்தப் பட்டுள்ளது. நீண்ட அயலாட்சி, அயல் பண்பாட்சிகளால் ஏற்கெனவே வளர்ந்துள்ள ஆட்சி வகுப்பு என்னும் களைப்பயிர், இதன் மூலம் இன்னும் புதிதாக வளர்ச்சி பெறுவதற்கான திட்டம் வகுக்கப்பட்டுள்ளது.

இத் திட்டத்தின் நச்சுப் பண்பறிந்து, இதுகாறும் அயற்பண்புகளின் முன்னோடும் பிள்ளையாயிருந்து வந்துள்ள இராசகோபாலச்சாரியாரே சீறியெழுந்துள்ளார் என்பது குறிப்பிடத்தக்கது. இது தமிழகத்துக்கு ஓர் எச்சரிக்கை ஆகும்.

இந்தித் திணிப்பு ஒன்றே தமிழகத்தை நாளடைவில் முற்றிலும் அழித்துவிடப் போதுமானது. ஆனால், இந்தித் திணிப்பு தமிழன் தலையில் மெல்லத் திருகி இறக்கிவிடும் ஒரு திருகாணி மட்டுமே. அதன் பின்னணியில் அதை அடித்திறுக்கும் சுத்தியும், சுத்திக்கு வலுத்தரும் கொட்டாப்புளியும் வேறு உள்ளன. இந்தி, சமற்கிருத மயமான இந்தி ஆதல் வேண்டுமென்பது ஆணியை அடித்திறுக்கும் சுத்தி. சமற்கிருதமே ஆட்சிமொழியாதல் வேண்டும் என்ற கோட்பாடு ஆணியுடன் சுத்தியையும் தலைக்குள்ளே பாய்ச்சிவிட உதவும் கொட்டாப்புளி ஆகும். சுத்தியும் கொட்டாப்புளியும் தாமே நேரில் தலையைத் தாக்காமல், ஆணியை உள்ளே கடத்தப் பயன்படுத்தப்பெறுபவை.

காங்கிரசு பெற்ற தன்னாட்சி, அகில இந்தியக் கட்சிகளுக்கு மட்டுமே உரிய தன்னாட்சியாகும். தமிழகத் தேசியத்தை அகில இந்தியக் கட்சிகள் எதுவுமே மதிக்காமலிருப்பது இதனாலேயே. இதனால் விடுதலையாட்சி வந்தபின் தமிழின் நிலையும், தமிழன் நிலையும், தமிழினத்தின் நிலையும்

சீர்திருந்துவதற்கு மாறாக, முன்னிலும் கெட்டுள்ளன. ஆளும்கட்சி என்ற நிலையிலிருந்து ஆளும் தேசமாய் விட்ட அகில இந்தியக் காங்கிரசும் அதன் செல்லப்பிள்ளையான மற்ற அகில இந்தியக் கட்சிகளும் *1947*ஆம் ஆண்டுக்குப் பின் தமிழகத் தேசியத்தை அழித்தொழிப்பதிலேயே கண்ணும் கருத்துமாய் இருக்கின்றன. இதில் காங்கிரசு காட்டும் உறுதியையும் ஆர்வத்தையும்விட சோஷலிஸ்ட்களும் கம்யூனிஸ்ட்களும் பிரஜா சோஷலிஸ்ட்களும் காட்டும் ஆர்வமே மிகுதி என்பதும், காங்கிரசு வீழ்ச்சியடைந்து 'இந்த முற்போக் குடையவையாகக் கூறப்படும்' கட்சிகள் வந்துவிட்டால் தமிழன் நிலை இன்னும் படுமோசமாய்விடும் என்பதும் தமிழன் எளிதில் மறந்துவிடத்தக்க செய்திகள் அல்ல.

இந்தச் சூழலில் தமிழன் மொழி உரிமை கெட்டது மட்டுமன்று. மொழி உணர்ச்சிகூடக் கட்சி வெறிகளுக்கிடையே மழுங்கியுள்ளது. தமிழகத்தைத் தவிர வேறு எந்தப் பகுதியிலும் ஓர் அயல்மொழியாளன் கட்சித் தலைவனாய் இருக்க முடியாது. தமிழ்நாடு மட்டுமன்றித் தமிழன் மிகுதியாகவுள்ள நாடு திரு கொச்சியும் ஆந்திரமும். அங்கே எந்தக் கட்சியிலாவது ஒரு தமிழன் தலைவனாக, சட்ட சபை உறுப்பினராகக்கூடும் என்று எவரும் எண்ணமுடியாது. ஆனால், தமிழகத்திலே, காங்கிரசு சார்பில் கோயங்காக்கள், தௌலத்ராம்கள் தேர்தலிலே நிற்க முடிகிறது. வெற்றிபெறக்கூட முடிகிறது. நம்பியார் போன்ற மலையாளிகள் தமிழகக் கம்யூனிஸ்ட் தலைவராகவும், தமிழர் சட்டசபைக்குத் தமிழின உறுப்பினராகவும் வர முடிகிறது. ஆனால், தமிழர் தொகுதிகளுக்குக்கூட மற்ற இடங்களில் ஒரு தமிழன் நின்று வென்றுவிடமுடியாது. தேவிகுளம், பீர்மேடு, செங்கோட்டை, நெய்யாற்றங்கரை, கொச்சிச் சித்தூர், வடதிசைச் சித்தூர் ஆகியவற்றில், தமிழ் உறுப்பினர்கள் சட்டசபைக்கு வந்தும் அவர்கள் தமிழுரிமைகள் காலடியில் மிதித்துத் துவைத்து அழிக்கப்படுகின்றன.

தமிழகத்தின் தலைசிறந்த நடிகருள் ஒருவர் திரு. டி.கே.சண்முகம். அவர் கொச்சியிலே ஆலப்புழை என்ற ஊரிலே தமிழ்நாடகம் நடத்த முடியாதபடி துரத்தி யடிக் கப்பட்டார். இதில் அதிசயம் என்னவென்றால் ஆலப் புழையில் நூற்றுக்கு எண்பதுபேர் தமிழர். அது மட்டு மன்று. நம் நடிகர் டி.கே.சண்முகம் அந்த ஆலப் புழையில் பிறந்தவர்! அவர் குடும்பம் ஏழு தலைமுறையாக ஆலப் புழையிலேயே வாழ்ந்தது! தமிழன் பிறப்புரிமை, இந்தியத் தேசியத்தில் படும் பாடு இது.

இந்தியாவின் தேசியம் பவனிவரும் மாநிலத்திலே, தமிழரே நிறைந்த ஒரு பகுதியில் ஒரு தமிழன் தமிழர் காணத் தமிழ்நாடகம் நடிக்க உரிமையில்லை. ஆனால், தமிழகத்தில் எந்தப் பகுதியிலும் தமிழனல்லாதவன், தமிழ் தெரியாதவன் எந்தப் பதவியும் வகிக்க முடியும். தமிழர் மொழியுரிமைச் சீட்டுகள் பெற்றுக்கூடத் தமிழர் உறுப்பினராக முடியும்! தமிழ் தெரிந்தாலும், தெரியாவிட்டாலும், 'தமிழன் அல்லன்' என்ற உரிமையாலேயே எவரும் தமிழ்ப் பள்ளி கல்லூரித் தலைவராகலாம், தமிழ்ப் பத்திரிகை ஆசிரியராகலாம், பணிமனை முதல்வர்கள் ஆய்விடலாம். தமிழக ஆட்சி தமிழர்க்காக அன்று. தமிழர் அல்லாதவர்க்காக. தமிழர் தவிர உலகில் மற்ற எல்லா இனத்தவர்க்குமாக நடக்கும் ஆட்சி என்பதை இது காட்டுகிறது!

அயற் பண்பாட்சியில் தமிழன் அடைந்துள்ள தன்மான மற்ற நிலை இது!

இந்நிலையை அகற்ற, தமிழர் இன தன்மானம் மேலோங்க, உலகத்தில் மனிதரிடையே மனிதனாகத் தமிழன் வாழ, உலக மொழிகளிடையே, மொழிகளுள் மொழியாகத் தமிழும் தனக்குரிய இடம்பெற, உன் கைச்சீட்டை உன் உறுப்பினனுக்கே, தமிழ்மொழிப் பற்றும் தமிழ்ப்பண்பும் தமிழார்வமும் உள்ள கட்சிக்கே அளி, தமிழா! தெரிந்தோ தெரியாமலோ இடைக்கால அடிமை வாழ்வில் தமிழர் செய்துவந்த தமிழ்ப் பகைமையின் தடத்தை - உரிமையுடன்

உன் உரிமைச் சீட்டை வழுங்குவதனாலே - ஒழித்துத் தமிழர் தன்னாட்சியில் காலெடுத்து வை, தமிழா!

‘தமிழன் என்று சொல்லடா! தலைநிமிர்ந்து நில்லடா!’

என்று பாடிய தேசியக் கவிஞர் வாக்கு வீண் வாக்காகாமல் காக்க முனைந்தெழு, பீறி எழு, வீறி எழு!

5. வாழும் மொழியில் வாழா மொழி!

மிகக் கொடிய ஆதிக்க அயல் ஆட்சிகளுக்கு உட்பட்டு நலிந்து வாடும் அடிமை நாடுகளுக்கு உரிய எல்லா இலக்கணங் களும் இன்றைய தமிழகத்துக்கு அமைந்துள்ளன, அமைந்து வருகின்றன. வெள்ளையர் ஆட்சியில் தமிழர்க்கு இருந்த உரிமைகள்கூட, மதிப்புக்கூடப் படிப்படியாகக் குறைந்து வருகின்றன, ஒவ்வொன்றாகப் பறிக்கப்பட்டு வருகின்றன. அவ்வெள்ளையர் ஆட்சியில் இல்லாத வரிச்சுமைகள், மொழிச்சுமைகள், அடக்குமுறைகள், பொல்லாங்குகள் இன்று சுமத்தப்பட்டு வருகின்றன; இழைக்கப்பட்டுவருகின்றன.

தமிழர் நாட்டுக்குத் தமிழ்நாடு என்ற பெயர் இல்லை. உரிமைக் கேரளத்துக்கும், உரிமை ஆந்திரத்துக்கும் இடையே அது மட்டும் உரிமையற்ற அடிமைச் 'சென்னை' யாகவே இயங்கி வருகிறது. வட திசையிலுள்ள பிறமொழி அகதிகளுக்குத் தம்மொழி நிலங்களிலும் உரிமைச்சலுகை, பாதுகாப்பு, தனிச் சிறப்பு வாய்ந்த உதவிகள் உண்டு. பிறமொழி நிலங்களில் தமிழகத்தில்கூட தில்லி ஆட்சி, இவற்றை அவர்களுக்கு வலிந்து பெற்றுத் தர முன்வருகிறது. ஆனால், வெளிநாடுகளில் அவதிப் பட்டு நாடிழந்து, வீடிழந்து, உரிமையிழந்து தவிக்கும் தமிழ் அகதிகளுக்கு எந்த நிலத்திலும், தமிழ் நிலத்தில்கூட அத்தகைய உதவிகளோ, சலுகையோ, உரிமையோ, பாதுகாப்போ கிடையாது. அவர்கள் குடிப் பிறந்த நாட்டுரிமையும் இன்றி அல்லற்படுகின்றனர். குடிபுகுந்த நாட்டுரிமையும் இன்றி, அதனைப் பாதுகாக்க - அதற்குப் போராடத்தக்க சொந்த அரசு எதுவும் இல்லாமல் பரிதவிக்கும் நிலையிலேயே அவர்கள் உள்ளனர்.

தமிழக ஆட்சியில் மட்டுமன்று, தமிழக நாணயத்தில் கூடத் தமிழ் இல்லை. தொலை அயலார் ஆட்சியான வெள்ளையர் ஆட்சியில் நாணயங்களில் இருந்த அளவு தமிழும் இன்று

ஒழிக்கப்பட்டுவிட்டது. அஞ்சல் அட்டையில், அஞ்சல் உறையில், பண அஞ்சல் படிவத்தில், அஞ்சல் தலையில் தமிழ் கிடையாது. அதே சமயம் வெள்ளையர் ஆட்சியிலே இல்லாத இந்தி, இன்று நாணயத்தில், புகை வண்டி நிலையங்களில், அஞ்சல், மின்செய்தி நிலையங்களில்; அலுவலகங்களில் இதே ஆட்சியால் புகுத்தப்பட முடிகிறது. இந்தி மொழியில் தில்லி ஆதிக்க ஆட்சிக்கிருக்கும் இந்த அடங்கா ஆர்வத்தில் ஒரு சிறு தூசுகூட தமிழில் இருக்க- ஏற்பட வழியில்லை.
அதைவலியுறுத்த, பரிந்துரைக்க, அதற்கு மன்றாடக் கூடிய சொந்த அரசும் ஆட்சி உரிமையும் தமிழர்க்குக் கிடையாது.

அஞ்சல் தலைகளிலோ வடமொழிக் கவிஞர்களுக்கு, முனிவர்களுக்கு, இந்திக் கவிஞர்களுக்கு, பத்த சிகாமணிகளுக்கு, அறிஞர்களுக்கு, பிற வடதிசை மொழிப் புலவர்களுக்கு முன்பு வெள்ளையராட்சியில் இல்லாத இடம் புது முறையில் தேடி அளிக்கப்பட்டுள்ளது; அளிக்கப்பட்டு வருகின்றது. ஆயினும், தமிழகம் இத்துறையில் முழுக்க முழுக்கப் புறக்கணிக்கப்படுகிறது; மறக்கடிக்கப்படுகிறது. தமிழுடன் ஒட்டியவை என்ற ஒரே குற்றத்துக்காக மற்றத் தென்னக மொழிகள் கூடத் தமிழைப் போலப் பாரதப் பண்பாட்டுக்கு அயலான மொழிகளாக ஒதுக்கப்பட்டுள்ளன. சாதிமத கட்சி வேறுபாடின்றித் தமிழகத்தின் எல்லா வகுப்பினரும், புலவர்களும் பாமரர்களும், பொது அரசியல், கலை, பண்பாட்டு நிலையங்களும் இவ்வகையில் தீர்மானங்கள் நிறைவேற்றி அனுப்பியுள்ளன; வற்புறுத்தி மன்றாடியுள்ளன. தமிழ்க் கவிஞர்கள் தென்னகச் சீர்திருத்தச் செம்மல்கள், சிறப்பாகத் திருவள்ளுவர், இளங்கோ, கம்பன், பாரதி, எழுத்தச்சன், திக்கணன் முதலிய புலவர்கள்; அப்பர், நம்மாழ்வார், வள்ளலார் முதலிய பத்தர்கள்; வீரேசலிங்கம் பந்துலு, வ.உ.சி. போன்ற நாட்டு மொழிப் பத்தர்கள்; திருப்பூர் குமரன் முதலிய தியாகிகள் ஆகியோர் உருவங்கள் இடம்பெறுதல் வேண்டு மென்று தமிழர்கள் வாதாடியுள்ளனர். ஆனால், வடதிசை அயலரசின் இறுமாப்புச் செவிகள் இவற்றைப் பொருட்படுத்தவில்லை.

தமிழக அரசு ஒன்று அமைந்திருந்தால் இவர்களுக்கு மட்டுமல்ல, தமிழ்ப் புலவரேறுகளான மறைந்த ஆசிரியர் மறைமலைஅடிகள், நாவலர் சோமசுந்தர பாரதியார் ஆகியோர்க்கும்; தமிழ்க்குப் போராடி மாண்ட தமிழ்த் தியாகிகளான தாளமுத்து - நடராசனுக்கும், இத்தகு சிறப்பிடங்கள் அளிக்கப்பட்டிருத்தல் உறுதி.

தமிழ்க்கும் தமிழ் சார்ந்த தென்னக மொழிகளுக்குந்தான் ஏக பாரதத்தில் இடம் இல்லை -நாட்டு மொழிகளுக்குரிய இடமும் அவற்றுக்குக் கிடையாது - அயல் மொழிகளுக்கு உள்ள சலுகைகளும் அவற்றுக்கு இருக்க முடியாது. அடிமை மொழிகளுக்கு உரிய உரிமையற்ற நிலை புறக்கணிப்பு இருட்டடிப்பு ஆகியவை தான் அவற்றுக்கு இருக்கமுடியும். இஃது இன்றைய நிலை.

பிறந்த நாள் முதல் கதராடையே உடுத்த காந்தி பத்தர்கள்கூட சட்ட சபை உறுப்பினர், மந்திரிகள், முதன் மந்திரிகள்கூடத் தமிழராய், தமிழில் ஒரு சிறிது பற்றுதல் உடையவராய், தமிழர், தமிழகம் பற்றி ஒருசிறிது அக்கறை உடையவராய் இருந்துவிட்டால், இருக்க, இயங்கத் தொடங்கிவிட்டால் அவர்கள் ஒருநாள்கூட ஆட்சிப் பீடத்தில் நீடிக்க முடியாது. தாம் தமிழன் என்பதையே மறந்து தமிழர்க்கு அயலாராகவும், தில்லி அயல்மொழி அயலாட்சியாளர் சொல்லுக்கடங்கித் தலையாட்டிப் பொம்மையாகவும் நடப்பவர் மட்டுமே அப்பீடத்தில் உறுதியாக அமரமுடியும். மேலும் மக்கள் விருப்பம் ஒன்றே ஆட்சி யுரிமைப் பீடங்களுக்கு அவர்களை உயர்த்திவிடவும், வெறுப்பு அவற்றிலிருந்து விலக்கிவிடவும் முடியாது. பதவி காட்டியும் கூலி கொடுத்தும் வாங்கிய அடிமைகள், அச்சுறுத்தி ஆட்கொள்ளப்பட்ட அதிகாரிகள், அயற் பண்பாடுகளையே ஆதரிக்கும் ஓரினப் பத்திரிகைகள், விலை கொடுத்தும், பின்னணி வேலைப்பாடுகளாலும், தகிடு தத்தங்களாலும் பெறப்பட்ட போலி வாக்குரிமைச் சீட்டுகள் ஆகியவற்றின் மூலம், அவர்கள் மக்கள் பெயரைக் கூறிக்கொண்டே மக்களுக்கெதிரான ஆட்சியை நீடித்துவிட முடியும் என்ற நிலை இன்று உள்ளது. உண்மையில்

அங்கேரியில் இரஷ்யர் அமைத்துள்ள பொம்மை அரசாங்கத்துக்கும் தமிழகத்தில் சென்னை அரசாங்கத்துக்கும் வேறுபாடு கிடையாது -அங்கேரி யின் நிலை ஒன்றே உலகத்துக்குத் தெரிவிக்கப்பட்டுள்ளது, தமிழக நிலை தெரியவில்லை என்ற ஒன்றே அவற்றினிடையே உள்ள வேறுபாடு!

வெள்ளையர் ஆட்சியில் தொழிற்றுறையில் இந்தியா உலகில் பத்தாம் படிக்குக் கீழ்ப்பட்ட நிலையில் இருந்தது. காங்கிரசின் உழைப்பினாலும், சுயராஜ்யத்தினாலும் இவ்விரண்டின் சலுகைகள், உரிமைகள் பெற்ற வடநாட்டு முதலாளிகள் கூட்டு முயற்சியாலும் இன்று வடஇந்தியா பிரிட்டனையே பணிய வைக்கும் நிலையில் உலகின் முதல் வரிசை நாடுகளில் ஒன்றாகிவருகிறது. ஆனால் தமிழகம், தமிழகத்தை அடுத்து வாழும் தீவினை உடைய பிற தென்னகப் பகுதிகள் வெள்ளையர் ஆட்சிக்கால நிலையிலேயே வைக்கப்பட்டுள்ளன. கூடுமான போதெல்லாம் அந்நிலையிலிருந்துகூடப் பின்னணிக்குத் தள்ளப்பட்டுள்ளன - தள்ளப்பட்டு வருகின்றன. ஆக்கிப் படைக்கும் ஆற்றலும் ஆர்வமுமுடைய நாட்டுப் பிரதிநிதிகள் யாவரும் - நல்ல தலைவர், நல்லறிஞர், நற்கலைஞர், நல்லவீரர், நல்ல குடிமக்கள் அனைவரும் கீழ்நிலைக்கு ஒதுக்கப் படுகின்றனர். நாட்டைக் காட்டிக் கொடுத்து நாட்டு மக்களைச் சுரண்டும் சத்தி களும், அவர்களை அண்டிப் பிழைக்கும் ‘கங்காணி'களுமே இவ்வெல்லாத் துறைகளையும் நிரப்பி, நாட்டு வாழ்வைப் படிப்படியாக அழித்து, நாளடைவில் தம் அழிவுக்கும் அடி கோலுகின்றனர். இந்நிலை தமிழகத்தில் வெள்ளையர் ஆட்சிக் காலத்திலேயே பெருகிற்று - ஆனால், அதற்கு முன்னே தொடங்கிவிட்டது. உண்மையில் வெள்ளையர் ஆட்சிக்கும் அதை அடுத்து வந்துள்ள இந்தி ஆட்சிக்கும் முன்னரே அடிகோலிய ஐந்தாம்படை ஆற்றல் அதுவே - வடமொழிப் பற்று என்ற போலிப் போர்வையின் கீழ் அக் குழு, அயலாட்சிகளிலும் அவ் அயலாட்சிகளுக்கு உகந்த போலிப்பண்புகளை வளர்த்து வந்துள்ளது.

அயலாட்சியாயினும் வெள்ளையராட்சி பொருளாதாரச் சுரண்டல் என்ற ஒரு துறை தவிர, மற்றத் துறைகளில் மக்கள் நலமும், மக்கள் உரிமைகளும் மதித்துக் குடியாட்சிப் பண்பு பேணிற்று. குடியாட்சி நிறுவனங்களையும் நாட்டின் வரலாறுகளையும் உருவாக்கப் பாடுபட்டது. ஆனால், அந்தக் குடியாட்சிப் பண்பிடையேயும் மக்கள் மொழிக்கு எதிரான தம் போலி உரிமைகளை வட மொழிப்பற்றின் போர்வையில் அப்பற்றாளர் நுழைக்கப் பலதடவை முயலாமலில்லை. இவற்றுள் 'திரு' என்ற தமிழ் மரபை ஒழித்துத் தமிழில் இன்னும் எழுத்தற்ற 'சிறீ' யைப் புகுத்திப் பரப்ப அவர்கள் செய்த முயற்சி குறிப்பிடத் தக்கது. ஏனெனில், மக்கள் வழக்கில் இன்றும் 'திரு' வே பெரிதும் இடம் பெறினும் ஓரினப் பத்திரிகை உலகிலும் அவ்வினத்தார் பிடியிலேயே இன்னும் உள்ள வடவர் ஆட்சித் துறைகளிலும் 'சிறீ' வெற்றிபெற்று இன்னும் இறுமாப்புடனேயே உலவி வருகின்றது. தவிர வடதிசை ஆதிக்கத்துக்குள்ளேயே ஒரு வடதிசை ஆதிக்கம் செறிந்த தனித்துறையாக வானொலி நிலையமும் அதன் கிளைகளும் இயங்கி வருகின்றன. தமிழ் மரபுக்கும் பண்புக்கும் மாறான மொழிநூலார் கூற்றுப்படி அகில இந்திய மொழிப் பண்புக்கே மாறுபட்ட - வடமொழி உச்சரிப்புகளை, வடமொழிச் சொற்களில் மட்டுமின்றித் தமிழ்ச் சொற்களிலும் புகுத்தித் தமிழர் காதுகளுக்குத் தமிழையே நாராசமாக்கி விடுகின்றனர். போலி வடமொழிப் பற்றாளர்கள் மாதா என்பதை மாத்தா என்பது போலவும், நிச்சயம் என்பதை நிஃச்சயம் என்பது போலவும் உச்சரிப்பதன்றிக் கட்சி, ஆட்சி என்ற சொற்களை கக்ஃட்சி, ஆக்ஃட்சி என்பது போல ஒலித்து அயல்மொழியாளர் போலப் பேசுகின்றனர்.

இப்போக்கின் தவற்றைப் பத்திரிகையுலகில் ஒரு பத்திரிகையின் பெயரே தெளிவாகக் காட்டுகிறது. தமிழில் லகரத்துக்குப் பின் ககரம் ஒலிக்கும் வகையை நல்கி, பல்கி, கால்கோள் என்ற தமிழ்ச் சொற்களிலே காணலாம். ஆனால் 'கல்கி' என்ற சொல் அயல்மொழிச் சொல்லாதலால் 'கல்க்கி'

என்பதுபோல இன்று ஒலிக்கப்படுவது காண்கிறோம். இதைப் படிக்கும் தமிழரின் தமிழ்ப் பண்புக்கு முரணான நாப்பழக்கம், முன்காட்டப்பட்ட நல்ல தமிழ், அதாவது தனித்தமிழ்ச் சொற்களின் ஒலியையும் மாணவரிடை கெடுக்கத் தொடங்கி விட்டது. சென்னையிலும், சென்னையை அடுத்த மாவட்டங் களிலும் ஏற்கெனவே 'வந்துகொண்டு, சுமந்துகொண்டு' என்ற தொடர்புகள் 'வந்துக்கொண்டு, சுமந்துக் கொண்டு' என்று ஒலிக்கப்படுகின்றன. எழுத்து வடிவைத் தவறாக ஒலிப்பதுடன் அவர்கள் நிற்கவில்லை. தவறான உச்சரிப்பை மீண்டும் எழுத்து வடிவில் புகுத்திப் பேச்சுத் தவற்றை எழுத்துத் தவறாக்கி, மொழி மரபைக் கெடுக்கின்றனர். இதனால் மாணவர்கள் மட்டுமன்றி, பத்திரிகை எழுத்தாளர்கள், புது எழுத்தாளர்கள், புதுக் கவிஞர்கள் வரை அவற்றைத் தவறாக ஒலித்துத் தவறாகவே எழுதத் தொடங்கி விட்டனர். இது தமிழர் மரபுக்கும் தமிழ் மரபுக்கும் செய்யும் கேடு சிறிதன்று.

இந்தச் சூழ்நிலைகளுடனும், பின்னணியுடனும் தான்,நாம் இப்போது நம் முன் தோன்றியுள்ள ஒரு புதிய ஆபத்தைப் பற்றி ஆராய வேண்டியவர்களாகி யுள்ளோம். இந்திக்கும் அயல் மொழிகளுக்குமே எப்படியாவது சலுகையும், உரிமையும் வளர்த்துவிடப்பாடுபடும் தில்லி ஏகாதிபத்தியத்தின் எடுபிடிகளான சென்னைக் கிளை அரசியலார், 'தமிழ்மொழி ஆட்சிக் குழு' என்ற ஓர் அரசியல் நாடகக் குழு அமைத்துள் ளார்கள். அதன் வாயிலாகத் தமிழை அரசியல் மொழியாக்கப் பாடுபடும் சாக்குடன் தமிழின் அடிவயிற்றிலேயே - உயிர்க் கருவியிலேயே கையை வைத்துவிட எண்ணியுள்ளனர். தமிழ் நெடுங்கணக்கில் இல்லாத, தமிழ் இலக்கணங்கள் அறியாத தமிழ் இலக்கியம் கனவு காணாத நான்கு வடமொழி எழுத்துகளை (ஃக = ஹ, ஃச = ஸ, ஃட்ச = ஷ, ச்ஃய= ஜ) அருந்தமிழ் நெடுங்கணக்கில் சேர்த்துக் கொள்ளுதல் வேண்டுமென்று அவர்கள் தமிழ் எழுத்துகளுக்கு ஒரு புதிய தலைவிதி அமைக்க முன்வந்திருக்கிறார்கள். தம் புராணக் கருத்துப்படி தமிழைக்

கீழோர் மொழிகள் - அரக்கர், அசுரர் மொழிகளுள் ஒன்றாகக் கருதுவதனால் தம் தெய்வ உலக மொழியாகிய வடமொழியின் முத்திரையில்லாமல் தமிழ் மனித மொழியின் தரம் கடந்து அரசியல் மொழியாக முடியாது, ஆகக்கூடாது என்று துணிகின்றனர் போலும்!

வடமொழிப் பற்றின் போர்வையில் தாய்மொழி வளர்ச்சிக்கு, குந்தகம் செய்யும் குழுவினரின் ஒவ்வொரு சொல்லும், செயலும் உண்மையில் ஒட்டகத்துக்கு இடங்கொடுத்து, கூடாரத்தையே பறிகொடுத்த அராபியன் கதையை நினைவூட்டுவதாகும். வடமொழி இலக்கியங்களை - பெரும்பாலும் பொது மக்களை மயக்கி வசப்படுத்த உதவும் சமய சாத்திர ஏடுகளை மொழி பெயர்த்து, அதுவே இலக்கியம் எனக் கொண்டு, பேணிப் பரப்பி வடமொழிப் புகழை மறைமுகமாக வளர்ப்பது முதற்படி - ஒட்டகத்தின் மூக்குக்கு இடம் தேடும்படி. வடமொழிச் சொற்களையே கையாண்டு தாய்மொழிகளிலே வடமொழி முத்திரைத் தழும்புகளைப் பெருக்கித் தாய்மொழியைத் தம் ஆட்சிக்குள் கொண்டுவந்து வடமொழிப் பிரச்சாரக் கருவிகளாக்குவது, அடுத்தபடி - மூக்கு முகமாக விரிவுறும்படி, வடமொழிச் சொற்களைச் சரிவர எழுத வடமொழி எழுத்துகளை ஒன்றொன்றாக, தொகுதி தொகுதியாக இறக்குமதி செய்வதே மூன்றாவது படி. அதன் பின் வடமொழி இலக்கியமும் சொல்லும் எழுத்தும் புரிய வைப்பதற்காக, வடமொழி இலக்கணமும் வேண்டும் என்று கூறுகின்றபடி ஒட்டகத்தின் திமிலை உள்ளே நுழைக்கும்படி ஆகும். இவ்வாறு வளருகின்ற பலவகைப் படிகளும் கடைசிப் படியில் கூடாரத்தை ஒட்டகத்துக்கே உரிமையாக்கி, ஏழை அராபியனை வெளியேற்றிவிடுவது காண்கிறோம்.

குடியாட்சியின் விலை, ஓயா விழிப்பு என்பர் குடியாட்சி அறிஞர். குடியரசோ, விடுதலையோ பெற்றுவிட்டவுடன் மக்கள் அமைதி அடைந்துவிடமுடியாது. ஏனென்றால், ஏகாதிபத்தியத்தின் சொந்த வடிவம் போன பின்னும், ஏகாதிபத்திய வாதிகள் குடியரசிலேயே இருந்துகொண்டு, குடியரசின் போர்வை யிலேயே புதிய புதிய உருவில்

ஏகாதிபத்தியப் பண்புகளை உருவாக்கி, குடியரசையும் மக்கள் உரிமைகளையும் மெல்லக் கவிழ்க்க ஓயாது சதிசெய்த வண்ணம் இருப்பர். ஆகவே, மக்கள் உரிமை பேண விரும்புபவர் ஓயாது போராடிக் கொண்டே இருந்தாதல்வேண்டும். 'ஏகாதிபத்திய மரபு' ஒன்று எப்போதும் ஏமாற்றுவதற்கு இருந்து வருவதுபோல, மக்கள் உரிமை பேணி அதைக் கண்டு விளக்கி எதிர்க்கும் மரபு ஒன்றும் தொடர்பறாமல் ஓயாது பேணப்பட்டே வருதல் வேண்டும். ஏகாதிபத்தியம் குடியாட்சி ஆகிய இவற்றின் இதே தொடர்பு, வடமொழிப் பற்று ஆகிவற்றுக்கும் பொருந்தும். வடமொழிப் பற்றாளர் மரபு உலகிலேயே அடிமைப் பண்பு மறையும்வரை எளிதில் மறைந்துவிட முடியாது. பல உருவில், பல கோணங்களில் காட்சியளித்த வண்ணமாகவே இருக்கும். தாய்மொழி அல்லது தமிழ் மரபும் அதனுடன் அவ்வக் காலங்களில், அவ்வவ்வுருவில் போராடிக்கொண்டே தான் இருத்தல் வேண்டும். ஒரு கணம் போராடத் தயங்கினால், அல்லது போராட்டம் தளர்ச்சி யடைந்தால் - போராட்டத்தில் மக்கள் சத்தி ஒன்றுபடாமல் பிளவுபட்டால்கூட வடமொழிப் பற்றாகிய ஏகாதிபத்தியச் சத்தி, நெடுந்தொலை அழிவுத்திசை நோக்கி வளர்ந்துவிடும்.

மக்கள் உரிமை பேணும் அறிஞர், நல்ல தமிழார்வ அறிஞர் விளக்கினாலல்லாமல், ஏகாதிபத்தியப் போக்கையும்,வடமொழிப் பற்றாளர் போக்கையும் மக்கள் தாமே எளிதில் அறிந்துகொள்ள முடியாது. ஏனெனில், முன் இரு சத்திகளும் பல உரு எடுப்பவை மட்டுமல்ல, அவை தம் கோரத் திட்டங்களைச் சிறு சிறு கூறுகளாக்கி, படிகளாக்கி, மெல்ல மெல்ல, ஆனால் நீண்ட காலத்திட்டத்துடன் கொண்டு வருவர். ஒவ்வொரு கூறுகளையும் தனித்தனி காணும் மக்கள், திட்டத்தின் கோர அழிவை ஒரு சிறிதும் காண முடியாமல் ஏமாறுவர். உண்மை நூலில் சிப்பு நூல் இணைத்து, சிப்பு நூல்வழி நூல்கயிறு, நூல்கயிறு வழி வடம், வடத்தின் வழி நூலேணி ஏற்றும் கதை ஒன்று உண்டு. இதன் ஒவ்வொரு படியிலும் காண்பவர் ஒரு சிறு சூதற்ற செயல்

காண்பரேயன்றி, இறுதியாக நூலேணி ஏற்றப்படுவதை மனங்கொள்ளமாட்டார். வடமொழிப் பற்றாளர் செயலில் மக்கள் எளிதில் மயங்குவதன் வகை இது. இதனை மரபறாது நின்றபடி நாளும் விளக்கும் அறிஞர் பொறுப்பு பெரிது. மரபறாதிருத்தலும் அரிது. ஏனென்றால், ஏகாதிபத்தியம், வடமொழிப்பற்று ஆட்சியிலிருந்துகொண்டு அவர்களை அழித்துக் கங்காணி அறிஞர் மரபையே வளர்க்கும்.

தாய்மொழிப் பண்பு இந்தியாவின் மற்றெல்லாத் தாய்மொழிகளிலும், தமிழின மொழிகளில்கூட, ஓரளவு தளர்ந்து விட்டது. தமிழகத்தில் தனித்தமிழ் அல்லது தாய்மொழிப் பண்பு வாய்ந்த தமிழ் ஆசிரியர் மறைமலைஅடிகளின் தளராப் போராட்டம் காரணமாக, மக்கள் வாழ்விலும், ஆட்சித்துறை, செயலாக்குத் துறைகளில் அதன் எதிர்ப்பே நெடுங்காலம் தலைதூக்கி ஆடிவருகிறது. தொடர்ந்த அயலாட்சிகள், அயல்மொழிஆட்சிகள், அயல்பண்பாட்சிகள், இதற்கு உகந்த சூழல்களாயுள்ளன. இப்போது மக்களிடையேயும், இலக்கிய வாழ்விலேயும் தனித்தமிழ் அடைந்து வந்த வெற்றியைக் கருவறுக்கும் திட்டமாகவே வாழா மொழியின் எழுத்துகளின் புகுத்தீடு மெல்லத் தலை காட்டுகிறது.

இப் புகுத்தீட்டுக்கு வடமொழிப் பற்றாளர் கூறும் நியாயங்களை அலசிப் பார்த்து, அவற்றின் நேர்மை - நேர்மைக் கேடுகளை ஆராய வேண்டுவது இன்றி யமையாதது ஆகும்.

தமிழ் வாழும் மொழி. வாழும் மொழிகளின் பல தலைமுறைகளைக் கண்டும் இன்னும் உயிர்ப்பாற்றலும் இளமை நலமும் தளராத மொழி. அது எல்லா உலக மொழிகளுக்கும் முற்பட்டதாய், பல மொழிகளையும், நாகரிகங்களையும், நாகரிகத் தலைமுறைகளையும் தோற்றுவித்து, அம்மொழிகளின் வாழ்வு களை யெல்லாம், அம்மொழி தலைமுறைகளின் வாழ்வுகளை யெல்லாம் கடந்து நின்று நிலவுகின்றது. அதற்கொப்பாகப்

பல்லாயிரக்கணக்கான ஆண்டுகள் நீடித்த கலை, இலக்கிய, இலக்கண, நாகரிகப் பெருவாழ்வுடைய மொழி உலகில் வேறு எதுவும் இல்லை. இந்த இறவா வாழ்வு, தளரா இளமை, மொழித் தாய்மை ஆகியவை கருதியே தமிழைக் கன்னித் தாய்மொழி என்றும், ஓவா மூவா முதன்மொழி என்றும் பாராட்டுவர் அறிஞர். அதுவே முக்காலத்துக்கும் உரிய மொழி என்றுகூடக் கூறலாம். ஏனெனில், அஃது இறந்த காலத்தின் கருவிலிருந்து நிகழ்காலத்துக்கு ஒரு பாலமாய், நிகழ்காலங் கடந்து வருங்கால உலகு நோக்கித் தளராது முன்னேறும் மனித இனத்தின் உயர் நாகரிகப் பெரும் பாதையாக அமைந்துள்ளது. இச்சிறப்பு வட மொழிக்கோ வேறு எந்த உலக மொழிக்கோ உரியதாகாது.

தமிழ் வாழும் மொழி மட்டுமல்ல, வாழ்வளிக்கும் மொழி. அது தன் இனமொழிகளுக்கும் தன்னுடன் தொடர்புடைய மொழியினங்களுக்கும் பழம் பெருமை, கலை நாகரிக வளம், நீடித்த வாழ்வு ஆகியவற்றை அளித்துள்ளது. அதன் பழைய இனத் தொடர்பு, வரலாற்றுத் தொடர்பு ஆகியவற்றின் காரண மாகவே, உலகில் வட ஆரிய மொழிகளாகிய இலத்தீனம், கிரேக்கம், வடமொழி ஆகியவை ஆயிரக்கணக்கான ஆண்டுகள் முற்பட்ட பொலிவுடையனவாய்த் திகழ்ந்தன. அதே தொடர்பு காரணமாகவே, வட இந்தியத் தாய்மொழிகளின் புத்தணிமைக் காலச் சிறுவாழ்வு கடந்து, தென்னக மொழிகள் ஆயிரக்கணக் கான ஆண்டு பழைமையும் நீடித்த இலக்கிய வாழ்வும் பெற்றுள்ளன.

வாழும் மொழி, வாழ்வளிக்கும் மொழி என்ற இந்த இரண்டு வகையினும் தமிழ்க்கு நேர்மாறான இயல்புடையது வடமொழி. அது பிறக்கும்போதே உயிர்ப்பாற்றலற்ற மொழியாகப் பிறந்தது. அதன் இலக்கிய வாழ்வுகூட ஒரு நான்கு நூற்றாண்டுகளே உயிர் வளர்ச்சி பெற்றிருந்தது. அதற்கு முற்பட்ட அதன் தாய் மொழிகளான வேதமொழி, பாளி ஆகிய முன் தலை முறைகளும் அதற்குப் பிற்பட்ட பாகதங்கள், அபப்பிரும்சங்கள், தற்காலத் தாய்மொழிகள் ஆகிய பின் தலைமுறைகளும் எவையும் இருநூறு

ஆண்டுகளுக்கு மேற்பட்ட வாழ்வுடையனவாய் இயங்கவில்லை. இங்ஙனம் வடமொழியின் மரபும் தொடர்பும் கலப்பும் ஒவ்வொரு படியிலும் அம்மரபுக்கோ, தொடர்புக்கோ, கலப்புக்கோ உரிய மொழிகளை வாழா மொழிகளாகவே ஆக்கியுள்ளன

இங்ஙனம் வாழும் மொழி, வாழ்வளிக்கும் மொழியாகிய தமிழில், வாழா மொழி, வாழ்வு கெடுக்கும் மொழியாகிய வடமொழியின் நான்கு எழுத்துகளைப் புகுத்தீடு செய்வதற்கான தேவை, அவசியம் என்ன? தமிழ்மொழி ஆட்சிக்குழு, அவ்வாறு செய்ய விரும்புவானேன்? அவ்வாட்சிக்குழு தம் நீண்ட காலத் திட்டத்தின் ஒருபடி என்ற முறையிலேயே அதற்கு ஆதரவு தர விதிர்விதிர்ப்புடன் காத்துக்கொண்டிருக்கும் வடமொழிப் பற்றாளரும் இப்புகுத்தீட்டுக்குக் கூறும் நியாய ஆதாரங்கள், வாதங்கள், காரண காரிய விளக்கங்கள் எவை? அவை நேர்மையானவையா, தமிழர் நலங்களுக்கு ஏற்றவையா, தமிழர்

பண்பாட்டை வளர்ப்பவையா?

இவையே இப்போது நம்முன் உள்ள ஐயப்பாடும் கேள்விகளுமாகும்.

முதலாவதாக : பிறமொழிச் சொற்களைத் தமிழில் திருத்தமாக எழுதவும் படிக்கவும் இவ்வெழுத்துகள் தேவை, அல்லது இன்றியமையாதவை என்று கூறப்படலாம்.

(அ) இங்கே வடமொழிப் பற்றாளரின் புத்தம் புது முடிவுக்குக் கூறப்படும் ஆதாரம் உண்மையில் அவர்கள் இதற்குமுன் செய்த ஒரு பழைய முடிவு மட்டுமே. பிறமொழிச் சொற்களைத் தமிழில் திருத்தமாக எழுதவும் பேசவும் வேண்டும் என்பதே இப்பழைய முடிவு. இதற்கு ஆதாரம் அவர்களது இன்னும் பழைமையான ஒரு முடிவே இது முடிவுகளுக்கு முரணானதும்கூட. ஏனெனில், பிற மொழிச் சொற்களைக் கலக்குதல் வேண்டும் என்ற முதல் முடிவு

எடுக்கப்பட்டபோது, திருத்தமாக எழுத, பேச வேண்டியதில்லை, தமிழ்க்கேற்பத் திரித்துச் சிதைத்து வழங்கினால் போதும் என்றே கூறப்பட்டது. இங்கே வாதம், எதிரிகளையும் தமிழ்ப் பொதுமக்களையும் சந்தர்ப்பத்துக்கு ஏற்றபடி கூறி ஏமாற்றும் சந்தர்ப்பவாதமாகவே முடிகிறது என்று காணலாம்.

திருத்தமாகவோ, திரித்தோ இந்த வடமொழிச் சொற்களைக் கலக்க வேண்டியதுமில்லை. அதனால், மேன்மேலும் இக்கட்டுகளை வளர்த்துக்கொள்ளுதல் வேண்டுவதுமில்லை என்ற தனித்தமிழ் ஆர்வலர் கருத்தையே இப்போக்கு வலியுறுத்தத் தக்கதாயுள்ளது. ஏனெனில், வடமொழிக் கலப்பே தேவையில்லை என்பதற்குத் தனித் தமிழாளர் காட்டும் ஆதாரம் திறந்த உள்ளம் படைத்த எவரையும் மனநிறைவடையச் செய்யும். எத்தகைய வடமொழிக் கலப்பும் பிற மொழிக் கலப்பும் தேவையில்லாத அளவுக்குத் தமிழ், அதாவது தூய தனித்தமிழ் போதிய வளமுடையதாயுள்ளது என்று அவர்கள் செயல் மூலமே எடுத்துக் காட்டுகின்றனர். காலஞ்சென்ற ஆசிரியர் மறைமலையடிகளாரும், அவரைப் பின்பற்றிய தனித் தமிழாளரும், புலவருலகும், அறிஞரும் பிறமொழிச் சொல் உதவியின்றி உலகின் அறிவெலாம், தமிழில் அளந்துரைத்துக் காட்டி வருகின்றனர். அவர்கள் செயல் வெற்றி வடமொழிப் பற்றாளர்களின் கோட்பாட்டின் தோல்வியையும், அவர்களது நேர்மையற்ற பிடிவாத முடிவையுமே காட்டுகிறது.

(ஆ) மேலும், பிறமொழிச் சொற்களைக் கலந்து கொண்டிருக்கும் எந்த மொழியும் அதைத் தன் பண்புக்கேற்பத் திரித்து, அதனைத் தன் எழுத்துகளின் உதவியாலேயே ஏற்றுள்ளன. வடமொழிகூட இவ்விதிக்கு விலக்கல்ல. மாக்ஸ் மூலர், மாமூலர் என்றும் அன்னிபெசண்ட், அன்னீபசந்தீ என்றும் அந்த மொழிகூடத் திரித்து வழங்கியதையே காண்கிறோம். சில சமயம் இடுகுறிப் பெயர்களேகூட எழுத்து பெயர்த்தெழுதப்படாமல் மொழிபெயர்த்துக் கொள்ளப் படுவதுமுண்டு. ஆக்ஸ்போர்டு,

கோதீர்த்தபுரி என்று ஆவது இது போன்றதே. பொது எழுத்தும் நெருங்கிய தொடர்பும் உடைய ஆங்கில, பிரஞ்சு மொழிகள் கூடச் சொற்களை இரவல் பெறும்போது அல்லது குறிக்க நேரும்போது இதே வகைப் பண்புகளையே கையாண்டுவருகின்றன. ‘இங்கிலிசு’ தமிழில் ‘ஆங்கிலம்’ என்று மாற்றுருவம் பெற்றது போலவே, பிரஞ்சிலும் ‘அங்க்லேய்’ ஆகிறது. இங்கிலாந்து என்பதன் பிற்பகுதி மொழி பெயர்க்கப்பட்டு, பிரஞ்சு வடிவத்தின் அங்கில்தர் (ஆங்கிலம் : லாண்ட்; பிரஞ்சு : தர்; தமிழ்: நிலம்) ஆகிறது. ஆங்கிலம் இப்பிற மொழிச் சிதைவில் மற்றெல்லா மொழிகளையும் விஞ்சியுள்ளது. அஃது ஒலிகளையே முற்றிலும் மாற்றி உருத்தெரியாத தாக்கிவிடுகிறது. எடுத்துக்காட்டாக எபிரேய மொழியின் ‘தாவீத்’ அதில் ‘டேவிட்’ ஆகவும், இலத்தீன் மொழியின் ‘தீதுக’ ‘டைட்டஸ்’ ஆகவும், 'கைசர்' சீசர்’ ஆகவும் மாறிவிடுகின்றன. இங்கே உயிரொலி, மெய்ஒலி எல்லாமே மாறுவது காணலாம். அயல்மொழியின் எழுத்துகள் யாவும் தாய்மொழியில் இருந்துங்கூட, இங்கே தாய் மரபு பேணுவதற்காக அயல்மொழி ஒலிமரபு முற்றிலும் திரிக்கப்படுவது குறிப்பிடத் தக்கது.

வடமொழியும், பிரெஞ்சும் மற்றெந்த உலக மொழியும் பின்பற்றாத திருத்தம், தமிழ் மொழிக்கு மட்டும் தேவை என்று வடமொழிப் பற்றாளர் ஏன் கருதுகின்றனர் என்பது தெரியவில்லை. அஃது உண்மையில் வடமொழி ஆதிக்கத்தைத் தமிழர்மீது ஏற்றித் தமிழர் அடிமைத்தனத்தைப் பெருக்கும் செயலே யன்றி வேறன்று என்று காண்பது அரிதன்று.

(இ) பிறமொழி கற்றுத் தேர்ந்தவர்கள் என்று காட்டிக் கொள்வதனால், பிற தாய்மொழியாளர்களைவிடத் தாங்கள் இனஉயர்வு, குடிஉயர்வு அல்லது பண்பாட்டு உயர்வு உடையவர்கள் என்று கருதி, அவ்வுணர்ச்சியைப் பிறர்க்கு அப்பிறமொழித் திருத்த நடிப்பால் குறித்துக் காட்டுபவர் பல நாடுகளிலும் உண்டு. இங்கிலாந்தில் பிரஞ்சு மொழி

இவ்வாறு பண்பாட்டு உயர்வுக்குச் சின்னமாகவும், ஐரோப்பாவெங்கும் அதுபோலவே இலத்தீன் மொழி நாகரிக வகுப்பு உயர்வுக்கு அறிகுறியாகவும், இந்தியாவில் வடமொழி இவ்வெல்லா வகை உயர்வுக்கும் உரிய குறியீடாகவும் பொதுவாகக் கருதப்படுகிறது.

ஆயினும், ஆங்கிலப் பொதுமக்களிடையே உயர் குடிப்பண்பாளர் செருக்குடன் பசப்பிக் காட்டும் பிரஞ்சு மொழித் திருத்தம் எப்போதும் பிரஞ்சுத் தாய்மொழி மக்கள் கேட்டால் சிரிக்கும் படியாகத்தான் இருக்கும். ஆனால், பிரஞ்சு மொழியைப்போல இலத்தீனும் வடமொழியும் தாய்மொழிகளல்ல. எனவே, பொது மக்களிடையே உயர்வு கொண்டாடுபவர்களைக் கண்டு சிரிக்க அம் மொழிகளுக்குரிய மக்கள் யாரும் கிடையாது. முற்றத் துறைபோன ஆராய்ச்சியாளர்கள் மட்டுமே அதுகேட்டு நகையாட முடியும். இலத்தீன் பல்கலைக் கழகங்களின் வடமொழிப் பேராசிரியரது வடமொழி உச்சரிப்பு இவ்வாறு கேலிக்கிடமாய்ப் புதிய சூழல்களில் அமைவதுண்டு.வடமொழிப் பேராசிரியராயிருக்கும் வெள்ளையரின் எழுத்துகள் மதிப்புப் பெறும் அளவு அவர்களது ஒலிப்பு மதிப்புப் பெறுவதில்லை. இந்தியாவிலேயே வங்காளிகள் வடமொழியை உச்சரிக்கும் முறை, பிறமொழி நிலத்தார் கண்டு ‘ இஃது என்ன விசித்திரப் புரியாமொழி' என்று மலைக்கும்படியாகவே உள்ளது.

இந்த நிலையில் அவ்வம் மொழியில், அம்மொழியைக் கையாளும் புலவர் தாம் திருத்தத்தை ஓரளவு பேச்சிலும் எழுத்திலும் மேற்கொள்ளுதல் ஏற்புடையதாகும். 'தமிழிலே வடமொழி' எனத் திருத்தும் எழுத்துத் திருத்தம் பேணுபவர் பெரும்பாலும் தமிழிலும் நாளடைவில் அறிவு குன்றி அந்த வடமொழியிலும் தம் அறியாமையை அறிவென்று தருக்கித் திரிபவராகவே அமைவர்.

(ஈ) மிகப் பல தறுவாய்களில் இத்திருத்த முயற்சியே கேலிக்குரிய வகையில் இரு மொழிகளையும் கொலை

செய்யும் பெரும் பிழையாகவும் அமைகிறது. இதற்கு இரண்டு சான்றுகள் இங்கே காட்ட விரும்புகிறோம்.

சென்னையில் ஒருசில ஆண்டுகளுக்குமுன் தமிழ் எழுத்தாளர் சங்கத்தில், ஒரு தலைசிறந்த தமிழ் எழுத்தாளர் தமிழ்க் கவிதை பற்றிச் சொற்பொழிவாற்றி வந்தார். தொல்காப் பியரின் எட்டு மெய்ப்பாடுகளையும் வடமொழியாளரின் ஒன்பது சுவைகளுடன் ஒப்பிட்டு ஆராய்ந்தார். மெய்ப்பாடுகள் அல்லது சுவைகளில் தலைசிறந்தது பரிவு அல்லது கருணைச் சுவையே என்று தக்க சான்றுகள் காட்டினார். ஆனால், சுவை ஆராய்ச்சியிலிருந்து அவர் திடுமெனக் கடவுள் ஆராய்ச்சிக்குக் குதித்தார். கடவுள் கருணை உருவினராய்ப் பத்தர்களால் சிறப்பிக்கப் படுவதன் காரணம் இக் கருணைச் சுவையின் தலைமையை உணர்த்துவதாகும் என்று முடித்தார்.வடமொழியில் எழுத்தாலும், சொல்லிய பொருளாலும் கருணம், கருணையினின்று வேறுபட்டது என்பதை அவர் அறியவில்லை. இதை ஒருவர் சுட்டிக் காட்ட நேர்ந்தபோது, தம் வடமொழி அறிவைப் பெருமையுடன் பகட்டிக் காட்டவந்த எழுத்தாளர் வெட்கித் தலைகுனிய நேர்ந்தது.

இரண்டாவது சான்று, நாம் எடுத்துக்கொண்ட செய்திக்கு இன்னும் பொருத்தமுடையது. 'ஈசுவரன்', 'சாசுவதம்' முதலிய வடமொழிச் சொற்களை நாம் இங்கே எழுதியபடியே தமிழ் எழுத்துகளில் எழுதுவதுதான் கலப்புத் தமிழாளரிடையேகூட மிகப் பெரும்பாலான வழக்கு. இது நன்னூல் முதலிய இலக்கண ஏடுகளின் வடமொழி ஆக்க விதிகளின்படி அமைந்தது. தமிழிலுள்ள ஒரு 'ச'கரம் வடமொழியிலுள்ள நான்கு 'ச'கரங்களுக்கு மட்டுமின்றி இடை எழுத்துகளின் இறுதியாகச் சேர்க்கப்பட்ட'ச'கரத்துக்கும் இறுதி வரியில் சேர்க்கப்பட்டஇரு 'ச'கரத்துக்கும் (ஷ,ஸ) பொதுவாகும். இலக்கண விதிப்படி வடமொழிச் சிறப்பு எழுத்துகளைப் பொது எழுத்தாக்கி, ஒலி மயக்கங்களைத் தமிழுக்கு ஏற்றவாறு இடையே உயிர் எழுத்துகள் சேர்த்து இத்தமிழ் ஆக்கங்கள் அமைந்தன. 'ஈசுவரன்', 'சாசுவதம்' ஆகிய இரு சொற்களிலும்

இரண்டாம் எழுத்தாய் வரும் ‘ச’கரம் வடமொழியின் ஈறாகிய ‘ச’கரமேயாகும். ஆனால், சமற்கிருதப் பற்றாளர் இதனை வட மொழி மரபுக்கியைந்த திருத்தமாக எழுத முற்படும் முயற்சியில் பெரும் பிழைகளும், குளறுபடிகளும் சூழ்கிறார்கள்.

திருத்தம் நாடும் வடமொழிப் பற்றாளரின் ஒரு சாரார் ‘ஈசுவரன்’, ‘சாசுவதம்’ என்பதற்குப் பதிலாக இடையிலே தமிழ் மரபுக்குரிய உயிர் சேர்க்காமல் ‘ஈச்வரன்', 'சாச்வதம்' என்று எழுதுகின்றனர். இதனால் ஏற்படும் தவறுகள் பல. முதலில் தமிழ்மரபுக்கு ஒவ்வாத மெய்மயக்கம் இங்கே ஏற்படுகிறது. அதுமட்டுமன்று, தமிழ்மரபில் எழுதும்போது வடமொழியின் ‘ச’ கர ஒலி மரபு கெடவில்லை. இங்கே வடமொழியின் ஒலி மரபு கெட்டு, ‘ச’கரம் வடமொழியில் முதற் ‘ச’கரம் போல ஒலிக்கிறது. இதனால் ஏற்படும் மற்றொரு பிழை உண்டு. அது தமிழ்மரபு கெடுப்பது மட்டுமன்று. வடமொழிமரபும் கெடுப்பது. முதற் ‘ச’கரமும் ‘வகரமும் இணைந்த மெய்மயக்கம் எப்படித் தமிழ்மரபுக்கு அயலானதோ அவ்வாறே, வடமொழிமரபுக்கும் அயலானது. வடமொழியிலும் அவ்விரு மெய்களும் மயங்குவ தில்லை. ஆகவே, இத் திருத்தம் இரு மொழிகளின் எழுத்து, ஒலி, மரபு ஆகிய மூன்றையும் பிழைபட வைத்து இரு மொழிக் கொலை யாகிறது.

இன்னும் ஒரு சாரார் பொது வெழுத்தாகிய இத்தமிழ் 'ச'கரத்திற்குப் பதிலாக, புதிதாக இப்போது புகுத்தப்படும் எழுத்துகளுள் ஒன்றான ஈற்று வரியின் இரண்டாவது ‘ச’கரத்தை (ஂச=ஸ) பயன்படுத்தி (ஈஸ்வரன், சாஸ்வதம் என்று) எழுதிவிடுகிறார்கள். இங்கே தமிழ் மரபும் தமிழ் இலக்கணமும் தவறுவதுடன் தவறு நிற்கவில்லை. வட மொழியின் மூல எழுத்தும், ஒலியும், மரபும் யாவும் தவறி, எழுத்து மாற்றமே ஏற்பட்டுவிடுகிறது. தமிழக வடமொழிப் பற்றாளர் என்று கூறிக்கொள்ளும் இவர்கள் திருத்தத்தை, உண்மை வடமொழிப் பற்றுடைய வடவர் கண்டால், ஒன்று

எள்ளி நகையாடுவர்; அல்லது வடமொழிக் கொலை கண்டு சீறுவர்.

'சங்கரன்' என்ற வடமொழிச் சொல் இடையின ஈற்றெழுத்தாகிய 'ச'கரத்தையே முதல் எழுத்தாக உடையது.இது சைவர் வழிபடும் முழுமுதற் கட டவுள் பெயராகிய சிவ பெருமானைக் குறிப்பது. மேற்குறிப்பிட்ட இரண்டாவது வகைத் திருத்த முறைப்படி புதிய புகுத்தீட்டு 'ச'கரங்களில் ஒன்றை வழங்கி அதைத் தமிழில் எழுதினால், மேற்குறிப்பிட்ட 'ஈஸ்வரன்', 'சாசுவதம்' ஆகிய சொற்களில் ஏற்படும் எல்லாப் பிழைகளுடன் பொருட் பிழையும், பொறுக்க முடியாத கடவுள் நிந்தனைச் சீற்றமும் ஏற்பட்டுவிடுகிறது. ஏனெனில், மூல வடமொழியிலும் பொது எழுத்துடன் எழுதப்படும் தமிழ் வடிவிலும் இரண்டிலும் அது சிவபெருமானைக் குறிக்க வழியுண்டு. மாறுபட்ட புதிய புகுத்தீட்டு எழுத்துடன் எழுதப்படும் திருத்த வடிவிலோ, அது தகாக் கலப்பினப் பிறவி அல்லது கீழ்மகன் என்ற பொருளை மட்டுமே தரமுடியும். இது பெரும் பொருட் பிழைபாடு மட்டுமல்ல, சமய வாணர்களைப் பெரிதும் புண்படுத்தும் செயலும் தெய்வ நிந்தனையுமாகும்.

உண்மையில் வடமொழிப் பற்றாளர் கூறுகிறபடி வடமொழிச் சொற்களைத் தமிழில் திருத்தமாக எழுதவேண்டு மானால், தமிழ் ஆட்சி மொழிக்குக் குறிப்பிடும் நான்கு வடமொழி எழுத்துகளை (ஷ,ஜ,ஸ,ஹ) மட்டும் தமிழில் எடுத்துக் கொண்டால் போதாது. இதனை நாம் மேலே எடுத்துக் காட்டிய 'ஈசுவரன்' 'சாசுவதம்', 'சங்கரன்' ஆகிய சொற்களின் திருத்த முயற்சியால் விளைந்த குளறுபடிகளே நன்கு எடுத்துக்காட்டும். புகுத்தீடு செய்யும் நான்கு எழுத்துகளை ஆறு எழுத்துகளாக, எட்டு, பத்து எழுத்துகளாகப் பெருக்கினாலும், வடமொழியைத் திருத்தமாக எழுதப் பயன்படமாட்டா. இது வடமொழிப் பற்றாளர் அறியாததன்று. நாலு எழுத்துப் புகுத்தீடு வெற்றி கண்டுவிட்டால், பின் அம்முறையே நாற்பதும், நானூறு படிப்படியாய்ப் புகுத்தி, தாய்மொழி வாழ்வை, வடமொழி

வாழ்வாக மாற்றிவிடலாம் என்பதே அவர்கள் தொலையறிவும், இ னப்பொறுமையும் மிக்க நப்பாசை-ஆயிர இரண்டாயிர ஆண்டுகளாக அவர்கள் உள்ளத்தில் ஊறி இருந்துவரும் இன ஆவல்-இன்னும் ஆயிர இரண்டாயிர ஆண்டுகளானாலும் மறவாது அடுத்தபடிகளில் முன்னேறும் வியத்தக்க குழுநல அவா!

முழுத்திருத்தம் ஏற்படத் தமிழில் இல்லாத வடமொழி எழுத்துகள் அத்தனையும் மொத்தமாக இறக்குமதி செய்யப் பட்டாதல் வேண்டும். இதுவே வடமொழிப் பற்றாளர் இன அவாத் திட்டத்தின் முழுமையான இரண்டாம் படியாகும். அதன் சிறு கூறே, முளை முகமே, ஒட்டக மூக்கே 'நாலு எழுத்து'ப் புகுத்தீடு.

எல்லா வடமொழி எழுத்துகளையும் தமிழில் புகுத்தீடு செய்வதே வடமொழிப் பற்றாளர் முழுத் திட்டத்தின் இரண்டாம்படி என்பதைப் பெரும்பாலான தமிழர் அறிய மாட்டார்கள். அவர்கள் அறியாமையே இத்தகைய புகுத்தீடுகள் படிப்படியாக வெற்றியடைவதற்குரிய மறைதிறவும் ஆகும். அயற் பண்பாட்சியில் தமிழ்ப் பற்றுடைய அறிஞர், சிறப்பாகப் பிறமொழிப் பயிற்சியால், அல்லது பற்றால் உயர்வுற்ற அல்லது மதிப்புப் பெற்ற அறிவாளிகள் மிகச் சிலராகவே இருப்பர். அவர்கள் விளக்கத்தின் பின்னும் பலர், மொத்த இறக்குமதி ஒரு நீண்ட காலத்திட்டம் என்பதை ஏற்கத் தயங்கவே செய்வர். வட மொழிப் பற்றாளரும் தம்மைப் போன்ற உள்நோக்கமற்ற தமிழரே என்ற எண்ணத்தால், ஒரு சிலர் அவ்வடமொழிப் பற்றாளருடன் சேர்ந்து அத்தகைய திட்டம் கிடையவே கிடையாது என்று மறுக்கவும் துணிவர். ஆனால், இத்தனை வகையினரும் தமிழக எல்லை கடந்து பார்வையைச் செலுத்தினால், அத்திட்டத்தின் மெய்யுருவைக் கண் முன்னேயே காணலாம். தமிழ் தவிர, மற்றெல்லாத் தமிழினஞ் சார்ந்த தென்னக மொழிகளிலும் வட மொழிச்சொல் புகுத்தீட்டுப்படி போலவே, வடமொழி எழுத்துப் புகுத்தீட்டுப்படியும் முற்ற முழுக்க வெற்றியடைந்துவிட்டன-

இன்றல்ல, ஆயிர ஆண்டுகட்கு முன்னரே வெற்றியடைந்து விட்டன!

மொழியாராய்ச்சித் துறையில் நுணுகி நோக்கினால், வட மொழியின் இவ்வெழுத்துப் புகுத்தீட்டுப்படி தென்னகத் தமிழின மொழிகளில் மட்டுமல்ல, தென்கிழக்காசியத் தாய்மொழிகள் பலவற்றிலும் வெற்றிகரமாகியுள்ளது என்பது தெரியவரும். சிங்கள மொழியிலும் பாளியிலும், பாகதங்களிலும் கி.பி.5ஆம் நூற்றாண்டுக்குள்ளாகவும் கன்னட தெலுங்கு மொழியில் (பண்டை வடுக மொழியில்) கி.பி.7ஆம் நூற்றாண்டுக்குப் பின்னும், மலையாள மொழியிலும், வட இந்தியத் தாய் மொழிகளிலும் கி.பி. 12ஆம் நூற்றாண்டுக்குப் பின்னுமே இப்புகுத்தீடு முற்றுப்பெற்றது.

திருத்த நோக்கத்துடன் நாலு எழுத்துகளை இவ்வாறு புகுத்தீடு செய்வதைத் தமிழர் எதிர்த்துத் தடுத்து நிறுத்தாது, வாளா மதியாது இருந்தால் ஊசிச்சுமை நாளை உலக்கைச் சுமையாகவும், உலைக்கூடச் சுமையாகவும் வளர்வது உறுதி. ஏனெனில் வட மொழிப்பற்றாளர் முழுநோக்கு, முழு எழுத்து இறக்குமதியுடன் நிற்பதல்ல. இவை முற்றுப்பெற்று முடிந்தமைந்த பின், இலக்கண இலக்கியங்களிலும் முழுதும் வடமொழிச் செல்வாக்குக் கொண்டு வரப்பட்டு, பிற தாய்மொழி வாழ்வுகள் போலவே, தமிழும் மீண்டும் ஒரு புதிய 'வடமொழி', அதாவது பேசா இலக்கிய மொழிக்கு இடம் தந்து வடநாட்டுத் தாய்மொழிகள் போலப் பண்படாத் தாய் மொழியாய் நலிதல் உறுதி. இது உண்மையில் போதிய தொலை நோக்குடைய வடமொழிப் பற்றாளர்க்குக்கூட நன்மையல்ல. ஏனெனில், இன்றும் ஒரு சமற்கிருத இலக்கியம் வடநாட்டின் கோடிக் கணக்கான மக்கள் தாய் மொழிகளுக்கு ஆயிரக் கணக்கான ஆண்டு இலக்கியமில்லாக் குறையைப் போக்க உதவாது! வடநாட்டு வரலாற்றின் இப்பெருங் குறையை-கறையை- வரலாற்றாசிரியர் புறக்கணித்தாலும் தேசியவாதிகள் எளிதில் தள்ளிவிட முடியாது.

இரண்டாவதாக, வடமொழிச் சொற்கலப்பையோ, எழுத்துப் புகுத்தீட்டையோ எதிர்ப்பவர்களை வாதத்தால் தம் பக்கம் ஆக்க முடியாதபோது; வடமொழிப் பற்றாளர், அவர்களுக்கு மொழி வெறுப்பாளர், இனவேற்றுமையாளர், வேற்றுமை மனப்பான்மையுடையோர், சாதிப் பகைவர் என்பன போன்ற பெயர்களைக் கூறிப் புறக்கணித்துவிட்டு, அவர்கள் ஒத்துழைப்பில்லாமலே தம் திட்டங்களை வெற்றிகரமாக்குவதில் முனைவர். ஏனென்றால், கீழ்த் திசையில் நெடுங்காலமாக உள்ள சூழ்நிலையில், சிந்தனை செய்பவர்களையோ, இனப்பற்றாளர் களையோ அவர்கள் ஒரு சிறிதும் பொருட்படுத்த வேண்டிய அவசியமில்லை. வடமொழிப் பற்றாளர்களை ஆதரித்து அவ்வடமொழிப் பற்றாளர்கள் ஆதரவையே நம்பி வாழும் அயல் ஆட்சி, அயல் பண்பாட்சிகள் ஒருபுறம், எவரையும் பொருட் படுத்தாது செயல் திட்டங்களை நிறைவேற்றக் காத்திருக்கின்றன. மற்றொரு பக்கம் மக்கள் அறியாமை அவர்களுக்குக் குடிமக்கள் பற்றிய கவலையில்லா நிலையை உண்டு பண்ணுகிறது. இவ் விரண்டுக்குமிடையே சிந்தனையாளர், இனப்பற்றாளர் தோற்றுவதும் அரிது.தோற்றினாலும் வளம் பெறுவது, உயர்வது, மதிப்புப் பெறுவது அரிதினும் அரிது. அவ்வாறு தப்பித் தவறிப் பிறமொழிப் பற்றாலோ அறிவாலோ உயர்ந்து சிந்தனையும், தனி மதிப்பும் இழவாதவராயிருந்தால் கூட, தன்னல மறுத்துத் தம் உயிரையும் பணயம் வைத்து அழிந்துபடச் சித்தமாயிருக்கும் பொறுக்கிய சிலர் தவிர, ஏனையோரை வடமொழிப் பற்றாளரும், ஆட்சியும்; நயத்திலும், பயத்திலும், சூழ்ச்சியிலும், பசப்பாலும் வென்றுவிடல் எளிது. மீந்தவர்களை அழிக்கவோ, ‘மகாத்மா’ க்களாக உயர்த்திப் பொதுமக்களிடமிருந்து துண்டு படுத்தி விடவோ, இரண்டும் தவறினால் பிரச்சாரத்தால் பொது மக்களிடம் அவர்களை மொழி வேற்றுமையாளர், இன வேற்றுமையாளர் என்று தூற்றிச் செல்வாக்கிழக்க வைக்கவோ செய்துவிடுதல் எளிது.

ஆசிரியர் மறைமலையடிகள் கால முதல், தமிழர் மறுமலர்ச்சி எய்தியுள்ளனர். அதுமுதல் இச்சூழ்நிலைகள் ஓரளவு மாறியுள்ளன. ஆனால், தமிழர் விழிப்பாயிருந்து வடமொழிப் பற்றாளர்களைப்போலவே நீண்டகாலத் திட்டமிட்டுத் தாய் மொழியின் வழி சென்றுவிடல் நேரிடும். அவ்வழி, நெடுந்தொலை சென்றுவிட்ட தமிழின மொழிகளையும் மீளா அடிமைகளாகவே விட்டு விடும் நிலை ஏற்படும்.

வடமொழி எழுத்துகள் புகுத்தீட்டையோ, அதை உள்ளடக்கிய நீண்டகாலத்திட்டத்தையோ, அதன் கூறு களையோ எதிர்க்கும் தமிழ்ப் பற்றாளர், தமிழினப் பற்றாளர்கள் மொழி வேற்றுமை, இன வேற்றுமை, சாதி வேற்றுமை காட்டுபவர்கள் என்ற குற்றச்சாட்டை தமிழர் பலர் வெறும் வசவுதான் என்று மதியாமல் விட்டுவிடுகின்றனர். இது தவறு. இக்குற்றச்சாட்டு அறிஞரை அறிஞர் எதிர்க்கும் வாத எதிர்வாதக் குற்றச்சாட்டன்று. அரசியல் வழக்கு மன்றத்தில் சட்டப்படி முறையிடப்படும் குற்றச்சாட்டுகள்கூட அல்ல. முதலதற்குத் தண்டனை கிடையாது.தண்டனையிலிருந்து மீளும் வகையுண்டு. இரண்டாவது தண்டனைக்குரியது. ஆனால், அது தற்காலிகமான தண்டனையே. அத்துடன் அது குற்றம் சாட்டப்பட்டவரை மட்டுமே தாக்கும். மூன்றாம் வகையான இக் குற்றச்சாட்டுகள் பொதுமக்களிடம் பிரச்சார வடிவில் செய்யப்படுபவை என்றும் உயர்நீதி மன்றங்கள், அரசியல்கள் யாவும் கடந்த உயர்நீதி மாமன்றம், அரசியல் கடந்த இன மாமன்றத்திலேயே இம்முறையீடும் இத்தண்டனையும் நடைமுறைக்கு வருகின்றன. சரியாகவோ தவறாகவோ, நியாயமாகவோ, அநியாயமாகவோ, இம் மன்றத்தில் அறிஞர், சிந்தனையாளர், இனத்தொண்டர் தண்டிக்கப்பட்டால், அத்தண்டனையில் பாதிக்கப்படுவது ஓர் அறிஞனல்லன், ஒரு சிந்தனையாள னல்லன்; இனப்பற்று, இனப்பற்றடிப்படையான சிந்தனையோ, தமிழினத்தின் உரிமைத் தன் மதிப்பு! தமிழ்ப் பொதுமக்கள் முன்னிலையில் தமிழே தண்டிக்கப் பட்டுவிடுகிறது. இத்தண்டனை

குற்றஞ்சாட்டப்பட்ட இனப்பற்றாளரையும், இனப்பற்று மரபையும் குற்றஞ்சாட்டப்பட்ட இனத்தையுமே- நாளடைவில் அழிப்பதாகும்.

தமிழினத்தவராகிய மலையாளிகள், கன்னடியர், தெலுங்கரில் பலர் - பெரும்பாலும் பாமர மக்கள், தாம் தமிழினத் தவரல்லர் என்ற முடிவுக்கு வந்துள்ளனர்-வரவிழைகின்றனர் என்பதைத் தமிழர் கவனித்தால், இதன் கோர உண்மை விளங்கும். வட மொழிப் பற்றாளர் போக்கில் தமிழகம் சென்றால், தமிழரே தமிழ்ப் பகைவராகித் தமிழை மறுத்துவிட நேர்தல் கூடும்.

வடமொழிப் பற்றாளரின் பல மாய வடிவங்களை அலசிக் காட்டி எதிர்க்கும் தமிழ் இனப்பற்றாளர், இனவேற்றுமை யாளர்களா? இதைப் பொதுமக்கள் நன்கறிய விளக்குதல் 'தமிழினம் வாழ இன்றியமையாத நடவடிக்கை ஆகும்.

இனவேற்றுமை,இனப்பகைமை கூடாது என்பதுபொன்னான நீதி. இனம் இனத்தை ஆளும்போது, இனம் இனத்தின் உரிமையைப் பறிக்கும் போது, அந்த ஆட்சியும் கொள்ளையும் எவ்வளவு நயநாகரித்துடன், எவ்வளவு தற்காலிக நலங்களின் பசப்புடன் நடைபெற்றாலும் ஆதிக்க இனத்தை ஆட்பட்ட இனம் எதிர்க் காமலிருக்க முடியாது; இருக்கக்கூடாது. மொழிவகையிலும் இது போலவே பொதுவாக மொழி வேற்றுமை,மொழிப்பகைமை கூடாது. ஆனால், ஆதிக்க மொழிகளை வெறுப்பதும்,பகைப்பதும் மொழிப் பற்றாளர், தம் மொழிக்குச் செய்யவேண்டிய இன்றியமையாக் கடமைகளுள் ஒன்று. ஆதிக்க மொழிகளின் ஆதிக்கம் ஒழியும் வரை, அவ்வாதிக்க மொழிகளை மொழிப் பற்றாளர் உயிர் கொடுத்தும் வெறுத்துப் பகைத்து எதிர்த்துப் போராடியாதல் வேண்டும். பிரிட்டன்மீதுவேற்றுமை வெறுப்பு உணர்ச்சிகளும், பகைமையும் தூண்டுகிறார் என்று காந்தியடிகள்மீது பிரிட்டன் இந்திய நீதிமன்றத்தில் குற்றஞ் சாட்டப்பட்ட சமயம், அவர் கூறியது இதுதான்; "பிரிட்டன் இந்தியாவை ஆளும்வரை அதைப் பகைப்பது, வெறுப்பது - பகைக்கத் தூண்டுவது - என்கடமை; பிறப்புரிமை. அதற்காக

என்ன தண்டனை தந்தாலும் ஏற்றுக் கொள்ளுகிறோம். ஏனெனில், அடிமையாட்சி; தண்டனையை விட, உயிரைவிட, இனஅழிவை விடக்கூட மோசமானது.''

தமிழர் என்றும் இனவேறுபாடு, மொழிவேறுபாடு, நாட்டு வேறுபாடு கூடக் காட்டியதில்லை. இன்றும் காட்டுவதில்லை, 'யாதும் ஊரே யாவரும் கேளிர்' என்றும், 'ஒன்றே குலமும் ஒருவனே தேவனும்' என்றும் அவர்கள் அன்றுமுதல் இன்றுவரை சொல்லாலும், கருத்தாலும், செயலாலும் கொள்கையாக மேற்கொண்டு நடப்பவர்களே. ஆனால், இந்த உயரிய கொள்கையைத் தகாத இடங்களில் - ஆதிக்க இடங்களிடமும் ஆதிக்க மொழிகளிடமும் காட்டியதனாலேயே, அவர்கள் இன்று நாடிழந்து, ஏடிழந்து, மொழியிழந்து, தன்மதிப்பிழந்து அடிமைகளுக்கும் கால்பிடிக்கும் கொத்தடிமைகளாக, நாடற்ற அகதிகளாகத் திரிய வேண்டியதா யிருக்கிறது.

மொழிப் பகைமை கூடாது என்று வடமொழிப் பற்றாளர் பொதுப்படையாகக் கூறினாலும், அவர்கள் உள்ளத்தில் கருதுவதும் வலியுறுத்தி ஆர்வமாக ஆதரித்துப் போராடுவதும் வடமொழி, இந்தி போன்ற ஆதிக்க மொழிகளையே யன்றி மற்ற மலையாளம், தெலுங்கு, வங்காளி போன்ற மொழிகளையன்று. ஆதிக்க மொழிகள் தவிர, வேறு எவற்றிலும் அவர்களுக்கு அவ்வளவு உள்ளார்ந்த பற்று ஏற்படுவது இல்லை. ஏனெனில், ஆதிக்கம் விரும்பும் இனத்தவராகிய அவர்களுக்கும் ஆதிக்க மொழிகளுக்கும் இன்றியமையாத் தொடர்பு எப்போதும் உண்டு. அவர்கள் ஆதிக்கக் குழு நிலத்தை என்றும் ஆதிக்க மொழிகள் பேணுவதுபோல, தேசிய - அதாவது மக்கள் தாய்மொழிகள் பேண முடியாது. ஆகவே, அவர்கள் எதிர்க்கும் பகை மட்டுமே, அந்த ஆதிக்க மொழிகளிலும் தங்கள் குழுநலத்துக்கு உகந்த ஆதிக்க மொழியாகிய வடமொழிப் பகைமையை அவர்கள் எவ்வளவு ஆர்வமாக எதிர்ப்பார்களோ அவ்வளவு ஆர்வமாக அக்குழுநலத்துக்கு

அதே அளவு ஒவ்வாத பிறமொழிப் பகைமைகளை அவர்கள் எதிர்ப்பதில்லை. இதற்குச் சில சான்றுகள் காட்டலாம்.

ஆங்கிலம், இந்தியைப் போலவும், வடமொழியைப் போலவும் ஆதிக்க மொழியேயாகும். ஆனால், ஆங்கிலத்தின் ஆதிக்கம் அரசியல் ஆதிக்கம் மட்டுமே. ஆங்கிலமும் ஆரிய இனமொழியேயானாலும் அஃது இனம் கடந்து வளர்ந்து விட்டது.ஆங்கில ஆட்சித் தொடக்கத்தில் வடமொழிப் பற்றாளர் ஆங்கிலக் கல்வியில் நெடுந்தொலை முந்திக்கொண்ட அளவுக்கு ஆங்கில ஆதிக்கமும், அவர்கள் குழுநலமும் இனநலமும் தற்காலிகமாக இணைந்தன. வடமொழிப் பற்றாளரே ஆங்கில ஆட்சியின் ஆட்சி வகுப்பாய் அமைந்தனர். ஆனால், ஆங்கிலம் நிலையாக அக் குழுநலத்துக்கும், இனவேறுபாட்டுக்கும் உதவவில்லை. பாமர மக்களில் பல்வேறு வகுப்பினரும் படிப்படியாக அதைக் கற்று ஆட்சி வகுப்பினரின் இடத்தில் சிறிது சிறிதாகப் பங்கு பெற்றனர். ஆங்கிலப் பற்று இந்தியப் பற்றாக எளிதில் மாறியதற்கும், இந்திக்கு வடமொழிப் பற்றாளரும், அவர்கள் தலைவர்களும் ஆச்சாரியாரான ஆட்சி வகுப்பின் தலைவரும் முந்திக் கொண்டு முனைத்த ஆதரவு தந்ததன் காரணம் இதுவே. இந்தி புதிய ஆட்சி மொழி. ஆங்கிலத்தில் முந்திக்கொண்டதுபோல அதில் வடமொழிப் பற்றாளர் எளிதில் முந்திக்கொள்ள முடியும். அத்துடன் பெயரளவில் ஆரிய இனமொழியாகிய ஆங்கிலம் போலன்றி, அது நேரடியாக வடமொழித் தொடர்பும் உடையது. தவிர, தமிழை, வடமொழி மயமாக்குவதைவிட இந்தியை வடமொழி மயமாக்கு வது எளிது. வடவர் ஏற்கெனவே வடநாட்டுப் பொதுமக்கள் கண்களிலும் பொடியைத் தூவிக்கொண்டு அதை விரைந்து செய்து வருகின்றனர். வடமொழி மயமான ஆட்சிமொழியின் ஆதிக்கம், தமிழையும் தென்னக மொழிகளையும் இன்னும் விரைந்து வட மொழி மயமாக்க உதவும். இக்காரணங்களாலேயே ஆங்கிலத்தை விட்டு விட்டோ, ஆங்கிலத்துடன் சேர்த்தோ இந்திக்கு அவர்கள் ஆதரவு தர விரைந்துள்ளனர்.

ஆயினும், இந்தியும் ஆங்கிலத்தைப்போல ஒரு தாய்மொழி. அது மட்டுமன்று. ஆங்கிலம் ஆங்கில நாட்டு மக்களுக்கே தாய்மொழி, ஆங்கில நாட்டு மக்கள் இந்தியருடனோ, தென்னக மக்களுடனோ போட்டியிடுபவர்கள் அல்லர். அப்போட்டியில் வடமொழிப் பற்றாளர்க்கே முழு இடம் விட்டுவிடுபவர். தென்ன கத்தில் முதன்மையும், இந்தியாவில் அதற்குகந்த சூழலும் இருக்கும்வரை ஆங்கிலேயர்க்கு இந்தியரை அடிபணிய வைத்துத் தாம் அருகே கங்காணிகளாய் அதிகாரம் செய்து பசப்பி வாழ்வதில் அவர்களுக்குச் சிறிதும் தடை கிடையாது. ஆனால், இந்தி தொடக்கத்தில் ஆங்கிலம்போல அவர்கள் குழுநலம் பேணினாலும், நீடித்து வடமொழி ஆதிக்கத்துக்கும் உதவக் கூடுமானாலும், இந்தியாவிலேயே ஒரு பெரும்பான்மை யான பகுதி மக்களின் தாய்மொழி ஆகும். ஆகவே, அது நாளடைவில் தென்னக ஆதிக்கத்தில் வடமொழிப் பற்றாளர் களுடன் வடஇந்தியரும் போட்டியிட, போட்டியில் முந்திக் கொள்ள இடந் தந்துவிடும். இந்தியைத் தென்னகத்தில் புகுத்திய வடமொழிப் பற்றாளர் பெருந்தலைவர் சக்கரவர்த்தி இராசகோபாலாச்சாரியர் இதனை உணரத் தொடங்கியதன் பின்னரே இந்தி எதிர்ப்பாளராக மாறினார் என்பது குறிப்பிடத்தக்கது.

ஆங்கிலமும் வேண்டா, இந்தியும் வேண்டா; வடமொழி யாளட்டும் என்ற குரல், தன்னாட்சி இந்தியாவில் வளர்ந்தே வருகிறது என்பதில் ஐயமில்லை. அவ்வளர்ச்சியின் அளவை நாட்டு மக்கள் இன்னும் சரிவர உணர்ந்த கொள்ளவில்லை. ஏனெனில், அது மூன்று தனித்தனிக் கிளைகளாக, தொடர் பற்றதாகத் தோற்றும் மூவேறு வடிவங்களில் இன்று வெறியாட்டமாடுகின்றது. இவற்றுள் முதல் கிளைதான் நேரடியாக வடமொழி இந்தியாவின் ஆட்சிப் பொது மொழியாக ஆதல்வேண்டுமென்ற கோரிக்கை. இதன் பரப்புச் சிறிதானாலும், இது கல்வி நிலையங்களிடையேயும் வடபுலப் பொது மக்களிடையேயும் எதிர்பாராத, வெளிப்படையாகத் தெரியாத வளர்ச்சியடைந்து வருகிறது. அரசியல் கட்சியாகிய

காங்கிரசு இந்தித் திட்டத்தில் கட்டுப்பட்டிருப்பதனால், இதற்கு நேரிடையான ஆதரவு தரவில்லை என்பதுண்மையே. ஆனால், திரைமறைவிலும், வெளிப்படையாகவும் இந்தியையே வடமொழி மயமான இந்தி ஆக்கி வருவதன் மூலமும், கல்வித்துறையிலும், கலைத்துறையிலும் வடமொழிக்குப் புத்துயிர் தரும் இடங்களுக்கு ஆதரவு தருவதன் மூலமும் அது இரு வேறு துறைகளின் மூலம் வடமொழி ஆதிக்கத்துக்குக் கடைக்கால் வகுத்து வருகிறது.

வடமொழிப் பற்றாளர்கள் ஆதரவை எதிர்பார்த்து, அரசியலே நான்கு எழுத்துகளைத் தமிழர்மீது புகுத்த முன்வந்துள்ள இன்றைய நிலை மேற்கூறிய அரசியலாரின் முகமூடிச் செயலின் ஒரு பகுதியேயாகும். அது மொழி, கலை, பண்பாடு, இலக்கிய, இலக்கணத் துறைகளில் ஆதிக்கம் நாடி, நீடித்து உலவிவரும் வடமொழிக்கும், அதன் புத்துருவாக அரசியலில் ஆதிக்கம் நாடிவரும் இந்திக்கும் வலுத்தந்து; தமிழ், தமிழர், தமிழினம், தமிழகம் ஆகியவற்றின் வலுவையும், உள்ளுரத்தையும், உயிர்ப்பாற்றலையும், வளர்ச்சியையும் கெடுப்பதாகும். தமிழர் தன் மதிப்பையே புண்படுத்துவதாகும். இத்தகைய நூலேணிக்கு அடிமையான உண்டை நூலை, விருந்தாளியாக வந்து வெளியேற்ற வகை செய்யும் ஒட்டக மூக்கைத் தமிழர் தம் முழுமூச்சுடன் ஒன்றுபட்டு எதிர்த்தாதல் வேண்டும். இன்றேல் அழிவுக் குழியில் மெல்லப் படியெடுத்து வைப்பவர்கள் ஆவர்.

'மொழிப் பகைமை கூடாது' என்றும், 'பிறமொழிப் பகை கூடாது' என்றும் வடமொழிப் பற்றாளர் மொழி பற்றிப் பொதுவாகவே கூறுவர். ஆனால், அவர்கள் மனத்தில் குறித்த பிறமொழி, வடமொழி மட்டுமே. அவர்கள் அறிவுரைக்கு ஆளாவதும், தமிழ் மொழியும், தமிழரும் மட்டுமே. இதை நாம் எளிதில் காணலாம். தமிழில் திருத்தத்துக்காக, தமிழில் இல்லாத வடமொழி எழுத்துகள் தேவையானால், அதுபோலவே ஏனைப் பிறமொழிகளின் சிறப்பெழுத்துகளும் தமிழிலும், வடமொழி போன்ற மொழிகளிலும் தேவைப்படுதல் வேண்டும். எடுத்துக்காட்டாக ஆங்கிலத்தில்

ஃவ(கு), ஃய(ஷ்), உஅ(று), முதலிய பல ஒலிக் குறியீடுகள் தமிழிலோ, வடமொழியிலோ, மலையாளம், தெலுங்கு முதலிய ஏனைய தெற்கு, வடஇந்தியத் தாய்மொழிகளிலோ இல்லாதவை. இவற்றை இம் மொழிகளில் புகுத்த யாரும் எண்ணியதில்லை. வடமொழிப் பற்றாளரும் அவற்றை நினைவூட்டக் கருதியது கிடையாது.

இது மட்டுமோ? தமிழில் உள்ள ழகரம், றகரம், னகரம், எகரம், ஒகரம் ஆகியவை வடமொழியில் இல்லாதவை. முதல் மூன்றும் வடஇந்தியத் தாய்மொழிகளுக்கும் தற்கால கன்னட, தெலுங்கு மொழிகளுக்கும் புதுமையானவை. ஆனால், திருத்தம் கருதி இவ்வெழுத்துகளை இம்மொழிகளி லெல்லாம் புகுத்தீடு செய்யப்படுதல் வேண்டும் என்று, யாரும் கூற முன்வந்ததில்லை. வந்திருப்பினும், அவர்களை அம்மொழியாளர் மூளைக்கோளா றுடையவராகக் கருதுவரேயன்றி வேறன்று.

ஆதிக்க மொழியாகிய வடமொழியிலிருந்து தமிழ்க்கு, அதே ஆதிக்க மொழியாகிய இந்தி மொழியிலிருந்து தமிழ்க்கு என்று சொற்புகுத்தீடும், எழுத்துப்புகுத்தீடும், வடமொழிப் பற்றாளர் உள்ளத்தில், மேலிருந்து கீழாக இறங்கி வருமே தவிர, வடவர் சுரண்டலுக்குரிய தமிழ் முதலிய மொழி களிலிருந்து, வடமொழிக்கு, இந்திமொழிக்கு அவர்கள் கற்பனையவாவில் ஏறிச் செல்வதில்லை என்று காணலாம். இது மட்டுமன்று. திருத்தத்தின் அவசியம், எழுத்துப் புகுத்தீட்டின் அவசியம் ஆகியவற்றைப் பற்றி, இந்திமொழியின் அனுபவம் தமிழகத்துக்கு நல்ல படிப்பினைகள் தருவதாகும். இந்தியை ஆதிக்க மொழியாக வரவேற்கும் அரசியலாரும், அரசியலாரின் தமிழ் ஆட்சி மொழிக் குழுவினரும், வடமொழிப் பற்றாளரும் இவற்றை ஒருசிறிதும் எண்ணிப் பாராதது வியப்புக்குரியதாகும்.

வடமொழியின் நான்கு சகரங்களுக்கும் உட்படாத ஐந்தாவதுசகரம் தெலுங்கில் உண்டு. குற்றியலுகரம் துளுமொழியில் உண்டு. இவற்றைப் பிற தமிழின

மொழிகளிலோ, வடமொழி வழங்கிய தாய் மொழிகளிலோ, மேலை மொழிகளிலோ புகுத்துவதுபொருத்தமாகவே இருக்கும்.ஆனால்,வடமொழியாளர் கற்பனைகள் சமதளத்திலும் செல்லமாட்டா, ஏறிச் செல்லவும் மாட்டா தென்பதை இவற்றின் மூலம் காண்கிறோம்.

இலக்கிய இலக்கணமும், எழுத்து வடிவும் அற்ற, வெறும் பேச்சு மொழியாக இந்தி அண்மைக்காலம் வரை நிலவிற்று. இப் பேச்சுமொழி இந்தியையே, காந்தியடிகள் 'இந்துத்தானி' என்று பெயரிட்டு அழைப்பர். தனக்கென எழுத்தற்ற இந்த மொழியில், வடமொழிப் பற்றாளராகிய இந்துப் பண்டிதர்கள், வடமொழிச் சொற்களைப் பேரளவில் சேர்த்தனர். வடமொழி தேவநாகரி எழுத்து வடிவையே எழுத்து வடிவாகக் கொண்டனர். இந்த வடிவி லேயே, அது இந்தி என்று அழைக்கப்படுகிறது. இதற்கு நேர் எதிராக, அரபு, பாரசிக மொழிப்பற்றாளராகிய முசல்மான் பண்டிதர்கள், இதே மொழியில் அரபு - பாரசிகச் சொற்களைப் பேரளவாகக் கலந்தனர். அரபு -பாரசிக மொழிகளின் எழுத்து வடிவையே, எழுத்து வடிவாகவும் கொண்டனர். இந்த வடிவிலேயே, இது உருது என்று வழங்கப்படுகிறது.

இந்தி, உருது ஆகிய இந்த இரு வடிவங்களும், இன்று இரு திசையாக, இரு வேறு மொழிகளாகப் பிளவுற்று இயங்கத் தொடங்கியுள்ளன. பாமர மக்கள் மொழியாகிய இந்துத்தானி மூன்றாவது மொழியாகவே விரைவில் ஆகிவிட வழியுண்டு.

பிறமொழிச் சொற்புகுத்தீடும், பிறமொழி எழுத்துப் புகுத்தீடும் தடையற்ற வளர்ச்சி பெற்றால், ஒரு மொழி இரண்டு மூன்றாகப் பிளவுபட்டு விடுவது உறுதி என்பதையும்; தாய்மொழி ஒருபுறம் இலக்கிய இலக்கணப் பண்பற்ற ஒரு பண்படா மொழியாகவும், அதன் இலக்கியமொழி வடமொழியைப்போல, மக்கள் தொடர்பற்ற ஒரு வழக்கிழந்த மொழியாகவும் மாறுபட்டுவிடும் என்பதையும் இப்போக்குச் சுட்டிக்காட்டு கின்றது.

தமிழ் நீங்கலான, உலகின் மற்ற எல்லா உயர்தனிச்செம்மொழிகளும், வடமொழி போலவே எவ்வாறு வழக்கிழந்த மொழிகளாக வீழ்ந்தன என்பதை, இந்த மொழி விளக்கம் தெளிவாகக் காட்டுகிறது. இம்மொழிகள் யாவும், பன்மொழிக் கலப்புகளாகத் தொடங்கிய இலக்கியமொழி வடிவங்களே என்பது, கூர்ந்து நோக்கத் தக்கது.

தென்னகத்தின் நடுநாயகப் பண்டைமொழி வடிவாகிய தமிழிலிருந்து, தெலுங்கு, கன்னடம், மலையாளம் முதலிய மொழிகள் விரிந்து வேறு வேறு மொழிகளாகப் பிளவுறுவதற்கு, வடமொழிச் சொற்கலப்பும், எழுத்துக் கலப்புமே காரணமாயிருந்தன என்பதும் கவனிக்கத்தக்கது.

இந்தி மொழி தரும் படிப்பினைகள், இன்னும் பல உண்டு.

இந்திமொழி, தாய்மொழிகளுள் ஒன்று. எழுத்து வடிவம் இல்லாத காலத்திலும் அதற்கு எழுத்துகள், அதாவது ஒலிகள் உண்டு. இவற்றுள் சிலவற்றுக்கு வடமொழியிலோ, அரபு-பாரசிக மொழியிலோ தக்க எழுத்துக் குறியீடுகள் இல்லை. ஆகவே, ஈர் எழுத்து வடிவங்களிலும், சில பொது எழுத்துகளுக்கும் புள்ளியிடுதல், பெருக்குதல் ஆகிய முறைகளினால் அவ்வொலி களுக்குப் புதுக் குறியீடுகள் உண்டு பண்ணப்பட்டன. மேலும், இந்தி, உருது இப்போது வேறு வேறு. அயல்மொழிக் கலப்பால் வேறாகப் பிரியத் தொடங்கிவிட்டாலும் பிரியுமுன், வடமொழிச் சொற்களில் மிகப் பல இந்தியைப் போல உருதுவிலும், அரபு- பாரசிகச் சொற்களில் மிகப் பல. உருதுவைப் போல இந்தியிலும் இடம் பெற்றுவிட்டன. இவற்றை எழுதும்போது உருது, வடமொழி எழுத்துகளைப் பெரும்பாலும் கூட்டெழுத்துகளாக்கி யமைந்தது. ஆனால், சில எழுத்துகளுக்குப் புள்ளி சேர்த்து அல்லது பெருக்கியே அது புதுக் குறியீடுகள் அமைத்தது. அதே சமயம், இந்தி மொழி இதுபோல அரபு-பாரசிக எழுத்துகளை எளிதாகக் குறிக்க முடியவில்லை. ஓர் ஏழு எழுத்துகளை மட்டும், பொது எழுத்துகளின் புள்ளியிட்டுத் திருத்தமாகக் காட்ட முற்பட்டது. ஆனால், இந்தி

பேசுபவர்களுக்கு மட்டுமின்றிப் படிப்பவர்க்கும் இந்த உச்சரிப்புகள் முற்றிலும் அயலாயிருந்த தனால், இவற்றில் இன்று பெரும்பாலும், புள்ளிகள் ஒலியிலும், எழுத்திலும் புறக்கணிக்கப்பட்டே வருகின்றன.

இந்தியில் உருதுவிலிருந்த புகுத்தீடு செய்யப்பட்ட அரபு ஒலிக் குறியீடுகள் ஏழு நீங்கலாக, வேறு உருது, அதாவது அரபு- பாரசிகச் சிறப்பெழுத்துகள் உண்டு. எடுத்துக்காட்டாக, இந்தியின் ஒரு தகரத்துக்கு எதிராக உருதுவில் இரண்டு தகரமும், இந்தியின் ஒரு சகரத்துக்கு (ஃச=ஸ) எதிராக அத்தகைய இரு வேறு சகரங்களும் இந்தியில் இல்லாத, ஆனால் புகுத்தீடு செய்யப்பட்ட ஏழு எழுத்துகளின் ஒன்றான சகரத்துக்கு (ஃச்ய = ஷ்ஹ) எதிராக நாலு சகர ஒலிகளும் உருதுவில் உள்ளன. இவற்றைப் புகுத்தீடு செய்யவோ அதன் மூலம் திருத்தம் பேணவோ இந்திய மொழியாளரோ இந்தி பேசும் வடமொழிப் பற்றாளரோ ஒரு சிறிதும் முயன்றதில்லை. முயல்வதில்லை. முயலப்போவது மில்லை. செய்யப்பட்ட ஏழுமே வெற்றி பெறவில்லை.

இந்தியின் இந்த அனுபவங்களால், நாம் கீழ்வரும் மொழித் துறைச் செய்திகளை உள்ளங்கை நெல்லிக்கனிபோல உணரலாம். முதலாவது, எழுத்துப் புகுத்தீட்டால் திருத்தம் மொழியில் வெற்றி பெறாது. வெற்றி பெற்ற அளவிலும் நிலைக்காது; நீடிக்காது. இரண்டாவது திருத்தம் இன்றியமையாது வேண்டப்படும் இடத்தில் கூடப் புதுவடிவம் தேவையில்லை.புள்ளியிட்ட பொது வடிவமோ, கூட்டெழுத்து முறையோ போதுமானதாகும். மூன்றாவதாக மொழி, அடிமை மொழியாய் இருக்கும் காலத்தில்தான் இந்தத் திருத்தமோ அயல் மொழி எழுத்துப் புகுத்தீடோ, சொற்புகுத்தீடோ கூடலியலும் என்பது. இந்தியை அரசியல் ஆதிக்க மூலம் பரப்ப விதிர்விதிர்க்கும் இந்தி மொழியாளர்க்கும் அதை ஆதரித்துத் தம் தனிநலம், குழுநலம் நாடி அதைக் கற்கும் தென்னவர்க்கும் அம்மொழி தரும் இப் பொன்னான படிப்பினைகள் கூடப் புலனாவதில்லை. ஏனென்றால், அவர்கள் இந்தி தாய்மொழி என்ற அளவில்

அதில் பற்றுக் கொள்ளவில்லை, அதை நேசிக்கவில்லை. ஆதிக்கமொழி என்ற முறையிலே அதில் பற்றுள்ளவராக அதை நேசிப்பவராக நடிக்கின்றனர்.

வடமொழியாளரின் உள்ளார்ந்த ஆவலறிந்து அவர்கள் உறுப்பினர்களான அரசியலாரும், அவர்கள் ஆட்களாக அவர்களால் அமர்வு பெற்று, அவர்கள் உட்கிடக்கை அறிந்து அதை ஆதரித்தோ அல்லது அதை மறுக்க அஞ்சியோ நான்கு எழுத்துப் புகுத்தீட்டுக்குச் சார்பாக முடிவு தெரிவித்துள்ள தமிழ் ஆட்சிக் குழுவும், அப்புகுத்தீட்டுக்குச் சொல்கிற அல்லது சொல்லத்தக்க அல்லது சொல்லக்கூடிய சான்றுகளை எடுத்து அவற்றின்
முரண்பாட்டையும்,பொருத்தமின்மையையும் இங்கே பிறமொழி ஒப்பீடுகளாலேயே ஆதிக்க மொழிகளின் வரலாற்றாலேயே காட்டியுள்ளோம்.

இப் புகுத்தீடு முற்றிலும் புதிதன்று. ஏற்கெனவே பத்திரிகைகளும், மொழிபெயர்ப்பு ஏடுகளும், புது எழுத்தாளர் சிலரின் புனைகதை, சிறுகதை இலக்கியமும் எடுத்தாண்டு, மக்களுக்குப் பழகிவிட்ட எழுத்துகளையே சட்டப்பூர்வமாக ஏற்கிறோம் என்று அவர்கள் பதில் சொல்லக்கூடும். ஆனால், ஊன்றி நோக்கினால் இது வாதமன்று, உண்மை ஆதாரமன்று. புகுத்தீட்டு முறையின் உள்ளார்ந்த சதியையே இது காட்டுகிறது. "னெனில் தொல்காப்பியர் காலமுதல் இன்றுவரை இலக்கணங்கள் எதுவும் இவ்வெழுத்துகளைத் தமிழ் நெடுங் கணக்கில் உட்படுத்தியது கிடையாது. பள்ளிக்கூடத்துக்காக எழுதப்பட்ட இலக்கணங்களில்கூடத் தமிழின் மெய்யெழுத்து18 என்று கற்பிக்கப்படுகிறதே தவிர, இவற்றையும் சேர்த்து 22 என்று கற்பிக்கப்படவில்லை. இலக்கியத்தில் செய்யுள் இலக்கியத்தில் இவ்வெழுத்துகள் இடம் பெறவில்லை. நல்ல உரை நடை இலக்கியத்தில் இவை இடம் பெறவில்லை. மொழிபெயர்ப்பு இலக்கியத்தில் பிறமொழிப் பெயர்கள் ஒலிப்பை ஓரளவு காட்ட, அதுவும் ஆதிக்க ஆட்சி மொழிகளாகவோ கல்வி நிலைய ஆட்சி மொழிகளாகவோ இயங்கும் பிறமொழி ஒலிப்பை, அப்

பிறமொழி படித்தவர்கள் திருத்த உணர்வைக் கூடியமட்டும் புண் படுத்தாதிருப்பதற்கே இவை வழங்கப்பட்டுள்ளன. இதனால் இவை தமிழ் மொழியில் உள்ள எழுத்துகள் ஆய்விடமாட்டா.

உண்மையில் பிரச்சார மூலமாகத் தங்கள் கையில் உள்ள செய்தி இதழ்கள், தாம் எழுதும் ஏடுகள் மூலமாக வெற்றிகரமாகப் புகுத்தீடு செய்ய முடியாத நான்கு எழுத்துகளையும் அவர்கள் தமக்கே உள்ளாதரவான அயல் பண்பாட்சி அரசியலின் மூலம் சாதித்துக்கொள்ள எண்ணுகிறார்கள். அரசியற் சட்டத்தின் உதவி கொண்டு, மக்களுக்கும் மொழிக்கும் எதிராகச் சதிசெய்ய முனைந்துள்ளார்கள். நேர் பிரச்சாரத்தால் முடியாததைப் பின்னிருந்து மறைமுகமாகக் கோழைத்தனமாகப் புகுத்தத் தலையிட்டுவிட்டனர். தமிழர் தன்மானத்துக்கும், இனப் பற்றுக்கும் இஃது ஓர் அறைகூவல் ஆகும்.

கடைசியாகப் புகுத்தீடு செய்யப்படும் எழுத்துகளின் வடிவத்தைப் பற்றிய ஒரு மறைந்துவரும் மாயச் செய்தியைக் கூற விரும்புகிறோம்.

இவ்வெழுத்துகள் செய்தி இதழ்களிலும், புதிய எழுத்தாளரின் புனை கதைகளிலும் எழுதப்பட்டபோது தமிழர் பலர்க்கு அவை புதியனவாகவும் பலருக்கு ஒலிக்க முடியா தனவாகவும் இருந்தன. இது பற்றிய அணிமைக் கால நாட்டுப்புறக் கேலிச்சித்திரம் ஒன்று உண்டு. பூ என்பதற்குரிய வடமொழிச் சொல் புட்பம் என்று தமிழாக்கப்பட்டு, அணிமைக்காலத்தில் புகுத்தப்பட்டிருந்தது. அதைத் திருத்தமாகப் புகுத்தீட்டெழுத் துப்படிபுஃட்பம் என்றும் சிலர் எழுதி வருகிறார்கள்.

ஆனால், நாட்டுப்புறத்தில் வடமொழிப் பற்றாளர்க்குப் புறம்பான பல தமிழ் வகுப்பினரும் அதை ஒலிக்க முடியாமல் பல குளறுபடிகள் செய்தனர். இதனை இச்சித்திரம் கேலி செய்து காட்டுகிறது.

முழுத் திருத்தமாகத் தமக்கு ஒலிக்க முடியாது என்று கருதிய நாட்டுப்புற வடமொழிப் பற்றாளன் ஒருவன், பிற நாட்டுப் புறத்தார் ஒலிப்புகளைக் கேலிசெய்து தானே கேலிக்கும் ஆளாகிறான்.

'இதைப் பூ இண்ணும் சொல்லுவாக; புப்பம் இண்ணும் சொல்லுவாக,புட்பம் இண்ணும் சொல்லுவாக, ஐயா சமற்கிருத சொல்மாதிரியும் சொல்லுவாக' என்றானாம் அவன்.

இன்றும் இப்புகுத்தீட்டு எழுத்துகளைத் திருத்தமாக ஒலிக்கிறோம் என்று சுருக்கி, அதை ஒன்றுக்கு ஒன்றாக ஒலிக்கும் மக்கள், நாட்டுப்புறத்தில் மட்டுமன்று,நகர்ப்புறங்களிலும் மிகுதி உண்டு. அவர்கள் சீரிய திருத்தமான நாவில் 'ரசம் சொகுசாயிருக்கிறது' என்பது 'ரஂஃசம் ஂஃசொகுஂஃசாயிருக்கிறது' என்றோ, ரஂஃசம்ஂஃட் சொகுஂஃட்சாயிருக்கிறது' என்றோ 'ரட்சம் ட்சொகுட்சா யிருக்கிறது' என்றோ இனிதாகச் செவிக்கு விருந்தளிக்கும்.

ஂஃஅ இல்லாத இடத்தில், ஂஃஅ ஒலித்து, ஂஃஅவன், ஂஃஇவன் என்பன வரையும், ஂஃட்ச இல்லாத இடத்திலும் அது சேர்த்து, வட மொழி விற்பன்னர்களாக முயன்று 'ஆஂஃட்ச்குக் குட்டி வந்து, வேஂஃட்ச்டியைத் தின்கிறது, முரஂஃட்ச்டுக் கம்பெடுத்து ஓஂஃட்ச்டு, ஓஂஃட்டு' என்று கூறுபவரும் இல்லாமலில்லை.

இத்தகைய ஆபாசக் குளறுபடிகளுக்குள் தமிழையும், தமிழரையும் தள்ளும் இந்தப் புகுத்தீடு தமிழ் தமிழரிடமிருந்து ஒதுங்கிய, 'அம்மாஞ்சிப் பத்திரிகை'ப் புகுத்தீடாக வந்து வெற்றி காணாமலே விளையாடியதுபோல், அரசியல் அதிகாரத் துடனும் செல்வாக்குடனும் தமிழர் மீது மொழி அடக்குமுறை செய்ய வந்திருக்கிறது.

ஒலிப்பை அறியாத தமிழர்கள் இப்புகுத்தீட்டெழுத்து களைக் குத்து மதிப்பாகவேனும் பொது எழுத்துகளுடன் தொடர்புபடுத்தி உரைப்பதற்கு ஒரு காரணம் உண்டு.

இவ்வெழுத்துகள் கன்னடம், தெலுங்கு, மலையாளம் முதலிய தமிழின மொழிகளில் ஆயிர ஆண்டுகட்கு முன்பே புகுத்தப்பட்டுவிட்டன என்று கூறினோம். ஆயிர ஆண்டுகளாக அம்மொழியாளர் வடமொழிச் சொற்கள் கலந்த, தம் தாய்மொழியைத் திருத்தமாக எழுதுவதற்கு மட்டும் அந்த எழுத்துகளைக் கையாளவில்லை. எல்லா வடமொழி எழுத்துகளும் அத்தகைய மொழிகளில் மொழிபெயர்க்கப் பட்டிருந்ததனால், வடமொழி ஏடுகளை எழுதவே, அத்தாய் மொழி எழுத்துகள் பயன்பட்டன. தெலுங்கு, கன்னடம் மலையாளம் ஆகிய மொழி எழுத்துகளில் எழுதப்பட்ட வடமொழி இராமாயண, பாரத ஏடுகளை மட்டுமல்ல, அச்சிடப்பட்ட ஏடுகளைக்கூட இன்றும் காணலாம்.

தமிழின மொழிகள் வட எழுத்துகளை இறக்குமதி செய்யுமுன் சமற்கிருத ஏடுகளை எழுதுவதற்கென்றே தமிழர் ஒரு எழுத்து முறை வகுத்திருந்தனர். அதுவே கிரந்த எழுத்து. அணிமைக்காலம் வரை தமிழகத்திலும், தென்னா டெங்கும் வடமொழி ஏடுகள் எழுதப்பட்டு வந்ததும், அச்சிடப்பட்டு வந்ததும் இந்தக் கிரந்த எழுத்திலேயே. அதுவே அன்று டமொழி எழுத்தாகக் கருதப்பட்டு வந்தது. மிகப் பழைமை வாய்ந்த வடமொழி எழுத்து வடிவம் அதுவே.

வட இந்திக்குத் தனக்கென ஓர் எழுத்துக் கிடையாது என்று மேலே கூறினோம். உண்மையில் வடநாட்டுத் தாய்மொழிகள் அனைத்தின் நிலையும் இதுதான்.அதுமட்டுமன்று வடமொழியின் நிலையும் இதுதான். வடமொழிக்கு உண்மையில் தனக்கென ஓர் எழுத்துக் கிடையாது. தமிழர் வடமொழியை இலக்கிய இலக்கணமுடைய மொழி ஆக்கிய பின்பு, அதை எழுத முதலில் பிராமி என்ற எழுத்து வடிவையும், பின் கிரந்தம் என்ற வடிவையும் அமைத்துக் கொண்டார்கள். அதற்குப்பின், வடபுலத்தார் மலைவாணரிடமிருந்து பிராமி எழுத்தின் ஒரு திரிந்த வடிவை மேற்கொண்டு, அதில் வடமொழி எழுதினர். மலைவாணர்

நாகராதலால், அது நாகரி என்றும், அவர்கள் தேவர்களாகக் கருதப்பட்டதால் அது தேவநாகரி என்றும் அழைக்கப்பட்டது.

இன்று வடநாட்டில் வடமொழி எழுத்துகளென்றும், இந்தி, மராத்தி, குஜராத்தி எழுத்துகளென்றும் நடமாடுபவை இந்தத் தேவ நாகரியின் வடிவங்களே.

இந்தி ஆதிக்கம் தென்னகத்தில் புகுந்த பின்னர், தமிழர் வட மொழியைக்கூடத் தம் பழைய கிரந்த உருவத்தில் எழுதுவதையும், வாசிப்பதையும் விடத் தொடங்கித் தேவநாகரியை ஏற்று வருகின்றனர். தென்னாட்டவர் வழங்கிய வடமொழிக் கிரந்த எழுத்து அழிந்துவருகிறது.

புகுத்தீடு செய்யப்படும் நான்கு எழுத்துகளும், வடமொழி எழுத்துகள். ஆனால், புகுத்தீடு செய்யப்படும் வடிவம் வடவர் வடமொழி எழுத்துவடிவமான தேவநாகரி வடிவமன்று. தமிழரிடையே வடமொழி பயின்றவர் முன்னால் பயன்படுத்திய, அவர்களுக்குப் பழக்கமான கிரந்த வடிவங்களே. இந்த வடிவங்களே கிட்டத்தட்ட இன்றும் மலையாள மொழியில் இவ்வெழுத்துகளுக்கு வழங்குகின்றன. அதுமட்டுமன்று. தமிழும் வடமொழியும் கலந்து 13ஆம் நூற்றாண்டிலிருந்த ‘மணிப்பிரவாள நடை’ எழுதித் தோல்வியுற்ற வைணவ உரைகாரர் பயன்படுத்திய எழுத்தும் இதுவே.

தமிழர் வடமொழி படிக்க இந்தக் கிரந்த எழுத்துப் பயன்படவில்லை. வடமொழியில் தமிழர் தொடர்புடைய எழுத்து வடிவுகூட இருக்கக்கூடாது என்று வடமொழிப் பற்றாளர் நினைக்கின்றனர். ஆனால், தமிழர் மீது வடமொழியைப் படிப்படியாகப் புகுத்துவதில் மட்டும், அழிந்துவரும் அந்த எழுத்துகளைக் கையாளுகின்றனர். இதில் அவர்கள் போக்கு வெளிப்படை - தமிழிலிருந்து தமிழர் முன்பு வழங்கிய வடமொழிக் கிரந்த எழுத்து, அதிலிருந்து தேவநாகரி எழுத்து!

தமிழ் எழுத்து முழுவதுமே தேவநாகரி ஆதல்வேண்டும் என்ற வட நாட்டவர் இயக்கம் ஒன்று உண்டு என்பதும், இங்கே தமிழரால் நினைவு கூரத்தக்கது. இந்தியப் பத்திரிகைகள் அதை ஆதரித்து அரும்பாடுபடுகின்றன.

வடவரும், அவர்களுக்குப் பக்கப்பாட்டுப் பாடும் வடமொழிப் பற்றாளரும், இருசாரார் கைப்பொம்மையாய் இருக்கும் 'அடிமைத் தமிழகம்' அல்லது ' சென்னை'யின் அரசியலாரும் சேர்ந்து செய்யும் இம்மொழிக் கொலை நாடகத்துக்குத் தமிழினம் தன் இனக்குரலெழுப்பி எதிர்ப்பளித்து, எழுநூறு ஆண்டுகட்குமுன் நம் முன்னோர் மணிப்பிரவாளத் தமிழை ஒழித்ததுபோல அம்முயற்சியைப் புறம் காண்பார்களாக!

6. தமிழ்த் தேசியம்

இந்திய மாநிலத்தின் விடுதலைப் போராட்டத்திலேயே தமிழன் தனிப் பண்பு கண்டு பாடியவர் நாமக்கல் கவிஞர்.

'தமிழன் என்றொரு இனமுண்டு
தனியே அவர்க்கொரு குணமுண்டு'

என்ற உண்மையைப் போராட்ட அனுபவத்திலும் இலக்கியத்திலும் தம் கவிதை நுண்ணோக்கால் உணர்ந்தவர்தான் அவர். காந்தியத்திலும் - அதன் போர்வையி லல்ல அதன் உள்ளார்ந்த பண்பில் ஊறியவர்தாம் அவர். ஆனாலும், அத் தேசியக் கவிஞர் வழிநின்று தமிழ்நிலம் - முழுநிறை உரிமைத் தமிழ்நிலம் அன்று அடிமையாட்சி பரப்பி ஓர் எல்லை வறையறுத்த தமிழ்நிலம் மட்டும் கேட்ட கட்சி தமிழரசுக் கட்சி. அதைக்கூடத் தேசத்துரோகக் கட்சி என்றுதான் காங்கிரசு மேலிடம் கருதுகிறது. 1956 பிப்ரவரி 20-இல் தேவிகுளம் பீர்மேட்டுக்காக எல்லாக் கட்சியினரும் தொழிலாளரும் சேர்ந்து நடத்திய வேலைநிறுத்தச் சமிக்கையின் போது, திராவிட முன்னேற்றக் கழகம், கம்யூனிஸ்ட் கட்சி, தமிழரசுக் கழகம் ஆகிய மூன்று கட்சியினர்க்கும் ஒரே மண்டையுடைப்பு உரிமைதரக் காங்கிரசு ஆட்சி- பச்சைத்தமிழன் காமராசர் ஆட்சி தயங்கவில்லை. அது தமிழ்ப் பகைவரின் அடியாள் பிடியாளான 'பச்சைத் தமிழன்' ஆட்சி என்பதை ஓர வஞ்சகமற்ற இந்தத் தண்டனை காட்டிற்று. 'காங்கிரசுக் காரனானாலும் நீ தமிழன். தமிழனுடன் சேர்ந்த தமிழ்நாடு கேட்கிறாய்' என்று கூறிக்கொண்டு தமிழக ஆட்சியாளர் காங்கிரசுத் தமிழர்மீதுகூடத் தடியடி நடத்தினர். தமிழனைத் தமிழ் ஆட்சி அடிக்கத் துணிந்தாலும், தமிழ்ப் போலீசார் கைகள் அவ்வளவு உணர்ச்சியற்றவையாய் இருக்க முடியாது என்ற காரணத்தால், மலையாளப் போலிசாரையும் மலையாளப் போலிசு அதிகாரிகளையும்தாம் 'பச்சைத் தமிழர் ஆட்சி நம்பிற்று. ' பச்சைத் தமிழர்' ஆட்சியில் எந்த

மலையாளியும் ‘தமிழன்’ உரிமைகேட்கும் எந்தத் தமிழன்மீதும் பழிதீர்த்துக் கொள்ள முடியும் - சட்டத்தின் உதவியும், பதவியின் உதவியும் கொண்டே!

தமிழன் இந்த அயலினத் தேசியத்தை பகை இனத் தேசியத்தை எத்தனை நாள் தன்தேசியம் என்று கொண்டாடித் தன் உரிமையழித்து வாழ முடியும்?

உலக இயக்கங்களிலெல்லாம் தமிழன் பண்டிருந்தே ஈடுபட்டிருந்தான். தமிழ்நாடு என்ற சொல்லைவிடத் தமிழிலக்கியத்தில் உலகு, தமிழ்உலகு என்ற சொற்களையே மிகுதியாகக் காணலாம். பண்டிருந்தே 'ஓருலகை’க் கனாக் கண்டவன் என்ற முறையில் தமிழனுக்கு அகல் உலகப் பற்று இயற்கையானது, குருதியிலேயே படிந்து வருவது. ஆனால், அவன் தற்பண்பு பேணாத காரணத் தால் அவனால் உலக நாகரிகத்தை வளர்க்க முடிந்தாலும், அந்த உலகில் அவனுக்கு மட்டும் இடம் கிடைக்கவில்லை.

ஓருலகைக் கற்பனை செய்ததுபோலவே தமிழன் இமயம் வரை அளாவிய ஒரே தேசியத்தையும் கனவு கண்டதுண்டு.

‘தென்குமரி வடபெருங்கல்
குணகுடகடலா வெல்லை
ஒருமொழி வைத்து உலகாண்ட
சேரல் ஆதன்’’

என்பது போன்ற சங்க காலப் பாடல்கள் இதற்குச் சான்று. ஆனால், ஓருலகு தமிழன் கனவாய் இருந்ததுபோலவே, 'ஒரே இமய எல்லை'யும் கனவாகவே நின்றது. சங்ககாலத் தொடர்பு களால் நாகரிகக் கூறுகள் ஓரளவு இமயம்வரை பரந்ததுண்டு. சோழப் பெரும் பேரரசர் ஆட்சியால் அந்தப் பண்பாடு இன்னும் மிகுதியாகத் தென்கிழக்காசியாவிலும் கங்கை வெளியிலும் பரவியதுண்டு. இன்றிருக்கும் இந்தியாவின் எல்லைக்கோடு சோழப் பேரரசர் ஆட்சியின் எல்லைக் கோடாகவே அமைந்துள்ள பொருத்தத்தைப் பலவரலாற்றாசிரியரும், அரசியல் வாணரும் கவனிக்கத்

தவறியுள்ளனர். ஆகவே, வடதிசை முழுவதும் ஒரே தேசியமாக்கும் தமிழன் கனவு நிறைவேறா விட்டாலும். பாகிஸ்தான் நீங்கிய இன்றைய இந்தியப் பகுதியை அவன் தன் ஆட்சியால் ஓரளவு ஒன்றுபட்ட அடிப்படைப் பண்பாடுடைய பரப்பாக்குவதில் வெற்றிபெற்றான் என்னலாம். சோழப் பெரும் பேரரசர் ஆட்சி ஒரு நூற்றாண்டுக்குள் கவிழாமல் நீடித்திருந்தால், ஒருவேளை இந்தியா ஒரு தேசியமாக உருவாகியிருக்கக்கூட வழியுண்டு.

இது மட்டுமன்று, தன் முழுநிறை தேசியத்தின் நிழலாகத் தமிழன் வளர்க்க எண்ணிய இந்தியத் தேசியத்தில் தமிழனையும் தமிழினத்தவரையும் தவிர, மற்றவர் யாவர்க்கும் - அயலவர் களான பார்சிகளுக்கும் யூதர்களுக்கும் வெள்ளையர்களுக்கும்கூட இடமுண்டு. தமிழனுக்கு மட்டும்தான் இடமில்லை. இதைத் தமிழன் கவனித்தல் வேண்டும்.

இந்தியாவிலுள்ள எல்லாச் சமயங்களின் சமய நூல்களும் தமிழில்தான் இருக்கின்றன. - தமிழில் மட்டும்தான் இருக்கின்றன. கன்னடத்தில் ஒருசிலவும் தெலுங்கிலும் சமற்கிருதத்திலும் ஒன்றோ இரண்டோ மட்டுமே உள்ளன. இவையும் தமிழைப் போல் எல்லாச் சமயங்களுக்கும் உறைவிடமாய் இல்லை. அவ்வாறிருந்தும் தமிழோ, தமிழின மொழிகளோகூடச் சமய மொழியாகக் கருதப்படாமல், அதற்கு உரிமையற்ற வட இனமொழிகளின் உயிரற்ற மொழியான சமற்கிருதமே அவ்வாறு கருதப்பட்டுள்ளது.

இந்திய வரலாற்றுக் காலமுழுவதும் வளர்ந்து அதன் முழுநிறை தேசியக் கண்ணாடியாக விளங்குவது தமிழ். தமிழ்க்கு அடுத்தபடி கன்னடமும் தெலுங்கும் மலையாளமும் அந்நிலை உடையன. ஆனால், தமிழோ, தமிழின மொழிகளோ தேசிய மொழிகளாகக் கருதப்படாமல், வடதிசையினத்துக்கு மட்டுமே உரித்தான - பண்படா மொழியான - இந்தி, தேசியமொழி ஆக்கப் பட்டுள்ளது.வடதிசையில் கூட அது பண்பற்ற,

அயலினப்பண்பு விரவிய மொழி என்பதும் குறிப்பிடத் தக்கது. அத்துடன் ஓரளவு இலக்கிய நயமுடைய அதன் உருது வடிவமும் புறக் கணிக்கப்பட்டு, மக்கள் தொடர்புடைய காந்தியடிகளும் பண்டிதநேருவும் ஆதரித்த பேச்சுமொழி இந்தி(நெடில்)யும் கைவிடப்பட்டு'உயர் இந்தி' என்ற பண்பற்ற புத்தம் புது வடநாட்டு மொழி தமிழர்மீது சுமத்தப்படுகிறது.

இந்தியாவில் உள்ள இரண்டு இனமொழிக் குழுக்கள், வட திசை ஆரிய இனமொழிக் குழுவும் தென்திசைத் தமிழின அல்லது திராவிட மொழிக் குழுவும் ஆகும். ஆனால், சமயத் துறையிலும் அரசியல் துறையிலும் வடஇன மொழிக்கே ஆதிக்கம் தரப்பட்டுள்ளது. தென் இனம் இரு துறையிலும் ஆளப்படும் இனம் என ஒதுக்கப்பட்டே உள்ளது.

பிரிட்டன் ஏகாதிபத்தியம் இந்தியாவை ஆண்டபோது அதை அடிமை ஆட்சி என்று கூறக் காங்கிரசுக்காரர் தயங்கவில்லை. ஆனால், பிரிட்டன் இந்தியாவை என்றும் இங்கிலாந்துடன் சேர்த்து ஒரு நாடாக்கி விடவில்லை. அவ்வாறு எண்ணவுமில்லை. இந்தியாவுக்குத் தனிச் சட்டமன்றங்கள், சட்டமியற்றும் உரிமைகளை ஆங்கிலேயர் அளித்திருந்தனர். ஆனால், இந்திய ஏகாதிபத்திய ஆட்சியில் தென்னாட்டுக்குத் தனிச்சட்டமன்றம், சட்டம் இயற்றும் உரிமைகள் இல்லை. அது வடநாட்டுச் சட்டசபைக்கே உட்படுதல் வேண்டும். அத் துடன் பிரிட்டன் ஆட்சிக் காலத்திலிருந்த மாகாணத் தன்னாட்சியும் இப்போது கிடையாது.

தமிழ்ப் பற்றும் தமிழினப் பற்றும் காங்கிரசுக்குள்ளும் பரவி, எல்லாக் கட்சியினரும் தமிழ்த்தேசியத்தில் ஓரளவு ஒன்றுபட்டு, இந்தி எதிர்ப்புக் கிளம்பியபின், இந்தி கட்டாயமன்று என்ற பசப்பும் வடதிசைப் பல்கலைக் கழகங் களில் தமிழ் அல்லது தென்னாட்டு மொழிகளுள் ஒன்றுக்கு இடந்தர வேண்டு மென்றும் மாயாசாலக் கண்வெட்டுகள் காட்டப்பட்டு வருகின்றன. ஆனால், அஞ்சல் நிலையத்திலும்

ஊர்தி நிலையத்திலும் இந்தி ஏறு நடையுடன் உலவும் காட்சி, வடவரின் உண்மை 'உருவை'த் தமிழர்க்குக் காட்டுவதாகும்.

'கோவணம் உடுத்தாத ஊரில் கோவணம் உடுத்தவன்தான் பயித்தியக்காரன்' என்ற ஒரு பழமொழி தமிழில் உண்டு. போலி இந்தியத் தேசியத்தில் தமிழன் நிலை இதுவே. இயற்கைத் தேசியமும் முழுநிறை தேசியமும் ஆன தமிழகத்தின் ஒளி நிழலாகப் பரவியுள்ள ஒரு தேசிய நிழலில் தமிழன் தன் தேசிய உரிமை மட்டும் இழந்தவனாகிறான்.

இதற்கு இரண்டு காரணங்கள் உண்டு.

முதலாவது, அடிமையாட்சிக் காலத்தில் தமிழன் தன் முழுநிறை தேசியத்தின் வரலாறு மறந்தான். வெள்ளையரும் இதனை மறக்கடிக்க வைக்க அரும்பாடுபட்டனர். தமிழன் தேசியம் ஒருபுறம் தென்னாட்டையும் மற்றொருபுறம் தெற் காசியாவையும் அளாவிய ஓர் உயிர்த் தேசிய ஒளியாய்க் கீழ்த்திசையின் வாழ்வையே மலரச்செய்துவிடும் என்பதையும், அத்தகைய கீழ்த்திசை வாழ்வை முற்றிலும் அழிக்கவல்ல ஆற்றல் வடதிசைப் போலித் தேசியமே என்றும்

வெள்ளை ஏகாதிபத்தியம் கண்டுகொண்டது. அவ்வெண்ணத்துடன் அந்த வெள்ளை ஏகாதிபத்தியம் வளர்த்த அடிமை ஏகாதிபத்தியக் குழந்தையே இந்தி - உருவற்ற இந்திய ஏகாதிபத்தியத் தேசியத்தின் முதிராக் கரு!

இரண்டாவதாக, முழுநிறைவுடைய அமைப்புகள் யாவுமே தன்னுணர்வற்ற அமைப்புகளாக இருப்பது இயல்பு (*The unconscious is the alone perfect*) என்பதைக் கார்லைல் என்ற அறிஞர் சுட்டிக்காட்டியுள்ளார். அதற்கியையவே தமிழர் தேசியத்தின் முழுநிறைவு பெரிதும் தமிழர் எளிதில் காணாத ஒன்றாக நிலவுகிறது. வரலாற்றாசிரியரும் அறிஞரும் காட்டினாலன்றி அதன் தனித் தன்மையையும் தொலை விளைவுகளையும் பொதுமக்கள் எளிதில் காணமுடியாது. ஆனால், அயற் பண்பாட்சியிடையே வரலாறு எழுதுபவர்

தமிழ்ப் பண்பற்றவராகவே அமைந்ததனால் அதனைக் காணாமல், அல்லது காட்ட விரும்பாமலே வரலாறு எழுதி யுள்ளனர். இந்திய வரலாற்றில் தென்னகத்தை அந்த வரலாற்றுப் பிதாக்கள் முதலில் முற்றிலும் மறந்துவிட்டதும், தமிழக எழுச்சியின் பின் அதை வட திசையின் ஒரு வால் அல்லது நோய் உறுப்பாகக் காட்டியிருப்பதும் இதனாலேயே ஆகும்.

உலக வரலாற்றிலே தமிழகமும் அதனைச் சார்ந்த பிற தென்னாட்டு மொழியினங்களும் தாம் மிகப்பழைமையான முதல் தேசியங்கள் ஆகும். மொழிச் சார்பில் தேசியங்கள் பிறந்து, மொழிச் சார்பிலேயே பெயர் பெற்றதற்கு உலக வரலாற்றிலேயே முதற் சான்றுகள் இவையே. இரண்டாயிர ஆண்டுகளுக்கு முற்பட்ட கிரேக்க வரலாற்றாசிரியர்களின் காதுவரை தமிழகம் என்ற பெயரும் அதன் மும்மண்டலங்களான சேர, சோழ, பாண்டியர் பெயரும் சென்றெட்டியிருந்தன. மேனாட்டிலுள்ள மொழிச் சார்பான இன்றைய தேசியங்கள், தென்னாட்டுத் தேசியங்களுக்கு ஆயிர ஆண்டு பிற்பட்டே தோன்றின. வடநாட்டு மொழித் தேசியங்களோ பின்னும் எட்டு நூற்றாண்டு கழித்தே தொடங்கின. இரண்டாயிர ஆண்டுகளுக்கு முன் கிரேக்க நாடுவரை சென்று எட்டி, கிரேக்க மொழியிலும் 'தமிரிகா' என்ற வடிவில் பதிந்துவிட்ட தமிழகம் என்ற பெயர் தமிழகத்திலே வாழும் ஒரு பச்சைத் தமிழன் காதுக்குள்ளும், அவர் அருகிலே உலவுகிற ஒரு 'சிவப்புத் தமிழன்' காதுக்குள்ளும் இன்னும் சென்று எட்டவில்லை என்பது வியப்பாகும். காங்கிரசு மேலிடப் பதவியாசையென்ற தமிழ்புகா மெழுகு வைத்து அவர்கள் காதுகளை மேலிடம் ஒட்ட அடைத்திருத்தல் வேண்டும் என்று தோன்றுகிறது!

ஒரு தேசியம் உருவாவதற்கும் அந்தத் தேசிய மொழியில் இலக்கண இலக்கியம் அமைவதற்கும் நெருங்கிய தொடர்பு உண்டு. இரண்டாயிர ஆண்டுகளுக்கு முன்பே தமிழ்த் தேசியத்தைப் போலவே, இலக்கிய இலக்கணமும் முழுநிறை வளர்ச்சி பெற்று நீடித்த வாழ்வு பெற்றிருந்தது.

தமிழகத் தேசியம் உருவாகி, அதன் விரிவான தென்னாட்டுத் தேசியம் வளர்ச்சியுற்ற பின்னரே, இவற்றின் எல்லையிலுள்ள வட நாட்டு மொழிகள் தேசிய வாழ்வு மேற்கொள்ளத் தொடங்கின. ஆனால், அவை மொழித் தேசியங்களாகக் கூட இன்னும் முழுநிறை உருவாகவில்லை. இவற்றிடையே தமிழ்ச் சோழர் ஆட்சியில் சிறிதளவு மின்னல் போலத் தொடங்கிய ஒற்றுமைகூட இன்று சிதைந்துவருகிறது.

உலகுக்கு நாகரிகத்தை அளித்து, இமயம் வரையிலுள்ள இனக் கலவைகளுக்கு இனத்தேசியச் சாயல் அளித்துவந்த தமிழகத் தேசிய வாழ்வையே இந்தியாவின் போலித்தேசியம் அழிக்கக் கனவு காண்கிறது. ஒரு நல்ல வருங்காலத் தமிழகம் அமைப்பதற்கு மட்டுமன்றி, ஒரு நல்ல எதிர்கால இந்தியா வையோ, நல்ல எதிர்கால ஆசியாவையோ, உலகத்தையோ அமைக்க விரும்பும் எவரும், தமிழகத் தேர்தல் பிரச்சினையை மனித இனத்தின் உயிர்ப் பிரச்சினையாகக் கருதுவது இன்றியமையாதது. உருவில் சிறிய குறள் பயனிற் பெரிதா யிருப்பதுபோல, இரண்டு மூன்று கோடித் தமிழர் பிரச்சினையாகமட்டும் தோன்றும் இப்பிரச்சினையே இருநூறு கோடி மக்கள் வாழும் மனித உலகின் உயிர்ப் பிரச்சினையாகும்.

ஆகவே, தமிழனே, அகில இந்திய, அகில உலகக் கட்சிகளின் ‘லாலி’ப் பாட்டில்-உன் இடைக்கால அடிமையிருள் தூக்கத்தில் மேலும் ஆழ்ந்து விடாமல், விழித்தெழுந்து செயலாற்றுவாயாக.

7. கடல் கடந்த தமிழர்

இந்திய மாநிலத்தின் தென்கோடியில், தென்னாட்டின் ஒருபகுதியாயுள்ள தமிழ் கூறும் உலகப் பகுதியை மட்டும்தான் தமிழகம் என்று நீ வழங்குகிறாய் தமிழா! ஆனால், இந்தியத் தேசியமோ இதற்குக்கூடத் தமிழகம் என்று பெயர் கொடாமல், உன் தடமழித்துவிடக் கனவு கண்டு கொண்டிருக்கிறது. ஆனால், தமிழ்கூறும் நல்லுலகத்தின் பெரும்பகுதி இதுவானாலும், இஃது ஒன்றுதான் இந்தியத் தேசியத்தின் மாயப்பிடியுட்பட்டு முதல் முதல் 'கபளீகரம்' ஆக இருக்கும் பகுதி என்பதையும், இதன் உதவிகொண்டே பிறசிறு பகுதிகளிலும் தமிழகத்தின் உயிர்த் தடங்களை அழிப்பதற்கு அத்தேசியம் மற்ற நாட்டு அரசியல்களைத் தூண்டிச் செயலாற்றுவித்துவருகிறது என்பதையும் நீ அறியாய்! ஏனெனில், அகில இந்தியக் கட்சிகள் இவ்வகையில் உன் கண்களை மூடித் திரையிட்டு வருகின்றன. தமிழினக் கட்சியில்கூட இந்தியத் தமிழகம் தாண்டிப் பெருந் தமிழக எல்லைபற்றிச் சிந்திக்க முயலவில்லை. இந்த ஒரு தமிழக விடுதலையே அவர்கள் நேரமுழுவதையும் கவர்ந்துவருகிறது.

தமிழா! நீ தமிழ்நாடு என்று கூறும் பகுதியில் வாழும் தமிழ் மக்கள் தொகை ஏறத்தாழ மூன்றுகோடி. இதற்கு வெளியே தமிழ்பேசும் மக்கள் தொகை ஏறத்தாழ ஒருகோடி. ஆனால், வெள்ளையர் ஆட்சியிலும் சரி, இந்தியர் ஆட்சியிலும் சரி - கடல் கடந்த தமிழர் பற்றிய எந்த வகுப்பு தொகுப்புப் புள்ளி விவரமும் ஒழுங்காகச் சேகரிக்கப்படவில்லை. தமிழினம் இந்திய இனத்தின் ஒரு சிறந்த பகுதியாக வாழ்தல் வேண்டும் என்பதில் அந்த இரு ஏகாதிபத்தியங்களுக்கும் என்ன ஆவல் இருக்கமுடியும்? ஆனால், அதுபற்றி நீயும் கவலைப் பட்டதாகக் காணவில்லையே! உன் பத்திரிகைகள் தமிழகத்தையே காணத் தயங்கும்போது, தமிழகத்துக்கு

வெளியே ‘ஏழு’ கடல்களிலும் சிதறிக் கிடக்கும் உன் தோழர்களைப் பற்றியா அவை கவலைப்படும்?

கடல் கடந்த தமிழர் என்றுகூட அவை அத் தமிழர்களைக் கூறாது; கடல் கடந்த இந்தியர் என்றுதான் கூறும். ஏனென்றால், அவற்றில் அக்கறை கொள்ள வேண்டியவர் தமிழரேயானாலும், ஆளவேண்டியவர் இந்தியர்கள் தாமே!

பாகிஸ்தானிலிருந்து வரும் அகதிகளுக்கு, இந்திய அரசாங்கம் தன் சொந்தப் பிள்ளைகளுக்குக் கொடுக்கும் சலுகைகளைவிட மிகுதியாக, மருமகப் பிள்ளைகளுக்குத் தரும் இராசோபசாரம் தருகிறது.

'தமிழ்' என்ற சொல்லையே வெறுக்கும் நம் ‘சென்னை’ அரசாங்கமோ இந்த அகதிகளுக்குத் தன் எசமானர் பிள்ளை களுக்குக் காட்ட வேண்டிய மரியாதைகளைக் காட்டிப் பயபத்தியுடன் தன் தில்லித் தேவதைகள் மனமகிழ அவர்களுக்குப் பாத காணிக்கைகள் - மானிய உதவி, கடன் சலுகை, வாடகைச் சலுகை, உதவிச் சம்பளப் பதவிகள், வருவாய்க்குரிய அமோக வசதிகள் - தருகின்றது. ஆனால், தமிழக அகதிகளையோ, இந்தியப் பகை அரசாங்கத்தின் செல்வாக்கின் பயனாக, மறைமுகத் தூண்டுதலின் பயனாக, வெளிநாட்டு அரசாங்கங்கள், வெள்ளை முதலாளிகள் வேண்டும்போது குறைந்த சம்பளத்தில் வைத்து வேலைவாங்கிப் பிழிந்து குற்றுயிராக்கி, வேண்டாத போது குற்றுயிருடன் இங்கே துரத்தியடிக்கின்றன. உற்ற தாயால் துரத்தப்பட்டு, பெற்றதாய் பஞ்சை அடிமையாயிருக்கும் நாட்டிலே கால்வைக்கவும் இடமில்லாமல் அவர்கள் அல்லல் படுகின்றனர்.

தில்லி ஏகாதிபத்திய நலனுக்காக, வடநாட்டு ஆலை முதலாளிகள் நலனுக்காக, கைத்தறித் தொழில் அழிக்கப்பட்டு, அத்தொழிலாளர் அவதிப் பட்டனர். இங்கே அடிமைத் தமிழன்னை பெற்ற பிள்ளையே அவள் கண்காண

அவதிப்படும் போது, வெளியிலிருந்து வரும் அகதிகளை யார் கவனிப்பது?

கடல் கடந்த இந்தியர்களுள் தமிழர் பெரும்பான்மை யானவர்கள். பிரிட்டிஷ் ஆட்சிக்காலப் புள்ளி விவரங்கள் இல்லையானால் இதை நாம் எளிதில் அறிய முடியாது. இந்தியா விடுதலை பெற்ற பின் அங்கே இருப்பவர்களுள் தமிழர் உண்டு என்ற செய்தியே மறைக்கப்படுகிறது. மோரிசு போன்ற தொலை நாடுகளில் தமிழரே நாட்டு மக்களுள் மிகப் பெரும்பான்மை யானவர்கள். பிஜித் தீவுகளிலும் அப்படியே. இந்திய ஏகாதி பத்தியத்துக்கு உரிமை வந்தபின், அங்குள்ள இந்தியர்களிடையே இந்திய நாகரிகத்தைப் பரப்புவதில் புதிய ஏகாதிபத்தியம் அக்கறை கொண்டது. மோரிசை ஆள்பவர்கள் பிரஞ்சுக்காரர். பிரஞ்சு மொழி ஆட்சிமொழியாகியிருக்கிறது. இந்திய ஏகாதிபத்தியம் பிரஞ்சு ஏகாதிபத்தியத்துடன் பேரம் பேசி, இந்தியர்களுக்கு இந்திய மொழியாகிய இந்தியும் கற்றுக்கொடுக்க வேண்டுமென்று சிபாரிசு செய்து, அதுமுதல் இங்கிருந்து இந்தி ஆசிரியர்களை ஏற்றுமதி செய்துவருகிறது.

பாவம்! மோரிசிலுள்ள அடிமைத் தமிழன் தன்னை ஆளும் ஓர் அன்னிய ஏகாதிபத்தியத்தின் மொழியைக் கற்பது போதாமல், தன் இனத்தவரை ஆளும் மற்றோர் அன்னிய ஏகாதிபத்தியத்தின் மொழியையும் கற்கவேண்டியவனாய் இருக்கிறான். தமிழன் அகில இந்தியக் கட்சிகளுக்குப்போடும் ஒவ்வொரு 'வோட்'டும் இந்நாட்டுத் தமிழன் கழுத்தை மட்டும் அறுக்கும் கத்தியன்று; மோரிசுத் தமிழன் கழுத்திலும், அதுபோன்ற பிஜி, கயானா, தென் ஆப்பிரிக்கா, இலங்கை, மலேயாத் தமிழர் கழுத்திலும் அடிமைத் தளையை இன்னொருபடி இறுக்கமாக முறுக்கும் செயலும் அதுவே ஆகும்!

'கரும்புத் தோட்டத்திலே!' என்று பாரதியார் சென்னைக் கடற்கரைக் காங்கிரசுக் கூட்டத்தில் பாடிய பாட்டுதான் அவரை நாடு கடத்தித் தண்டனைக்கு உள்ளாக்கிற்று. இது பிஜித்தீவில் தமிழன் அன்று பட்ட அவதியைச் சுட்டிற்று.

பிரிட்டிஷ் ஆட்சியில் பிஜித் தமிழன் இருந்தான் என்பது தமிழர்க்குத் தெரிய வாவது வழியிருந்தது. இன்றுதான் தமிழன் 'விடுதலை இந்திய'னாய் விட்டானே! 'இந்தியர்' கையில் தமிழன் தன் தலைவிதியை ஒப்படைத்துவிட்டுத் தான் தேவாரம் பாடிக் கொண்டு காலம் கழிக்கிறான்.

மோரிசைப்போலவே, பிஜியிலும் தமிழர்தாம் நாட்டுக் குடிகளில் பெரும்பான்மையினராய் இருக்கின்றனர்.

தமிழர் வாழும் இடங்களையே தமிழன் அறிவதில்லை - அவன் அங்கே போக்குவரவு வைத்துக்கொள்ள முடியாதபடி அவை வெகுதொலையில் இருப்பதால்! ஆனால், தென் ஆப்பிரிக்காத் தமிழன் குரல், இலங்கைத் தமிழன் குரல், மலாயாத் தமிழன் குரல் அவன் அடிக்கடி கேட்பது. ஏனெனில், இவ்விடங் களுக்கெல்லாம் அவன் இன்றும் வெள்ளை முதலாளிகளுக்காகக் கூலிகளை அனுப்பிக்கொண்டிருக்கிறான். வெள்ளை ஏகாதி பத்தியங்களுக்கு-வெள்ளை முதலாளிகளுக்குக் குறைந்த கூலியில் உழைத்து உருக்குலைவதற்குரிய விலங்குகள் - இயந்திரங் களுக்காவது எண்ணெய் செலவாவதுண்டு, தேய்மானக் கழிவு உண்டு, அவைகூட இல்லாத தமிழ் இயந்திரங்கள் - தேவைப் படும்போது, தமிழகத்தின் பழைய எசமானான வெள்ளையரும், புதிய எசமானான அவன் இந்தியத் தோழனும் தமிழனைப் பார்சல் செய்து அனுப்புகிறார்கள். வெள்ளையன் தேவை நீங்கியபின் - கறவைவேளை கழிந்தபின் மாடு அடிமாட்டுச் சந்தைக்கு அனுப்பப்படுவதுபோல, இந்தத் தமிழ் மாடுகளும் தமிழர் அடிமாட்டுச் சந்தையாகிய நம் தமிழகத்துக்கு அனுப்பப்படுகின்றனர். இதில் வியப்புக்குரிய இன்னொரு செய்தி என்னவென்றால் கூலித் தமிழன் திருப்பியனுப்பப்படும் சமயம், குடியிருந்த தமிழன் வாழ்வே சிதையும் அளவுக்கு மேலும் அடிக்கடி கை வைக்கப்படுகிறது.

காந்தியடிகள் இந்தியர்களுக்குப் பாடுபட இந்தியா வருமுன் தென் ஆப்பிரிக்கத் தமிழர்கள் உரிமைக்காகவே பாடுபட்டார்.

அவருடன் உழைத்த வர்களுள் தமிழ்ப்பெண் 'வள்ளியம்மை' யை அவர் தம் புதல்வியாகப் பாவித்தார். அவள் தமிழ்ப்பெண்ணா யிருந்ததனாலேயே காங்கிரசு அவள் வீரப்புகழை மறந்தது அத்துடன் இந்தியா தன்னாட்சி பெற்ற பின்பே, காந்தியடிகள் உழைப்பால் கிடைத்த உரிமைகளை இழந்து தமிழர் தவித்தனர். நிறத்திமிர் ஒருபுறமும், வெள்ளையர் கிளறிவிட்ட நீக்ரோ - தமிழர் பூசலுக்கு ஒருபுறமும் ஆளாகின்றனர். இந்தியர் விடுதலை பெற்றது போலத் தமிழகமும் விடுதலை பெற்றிருந்தால் தென்னாப்பிரிக்கத் தமிழர் வாழ்வின் கடுமைகள் குறைந் திருக்கும். அயலினத்தவராகிய இந்திய ஆட்சியாளர் தம் நாட்டினர் என்று அவர்களைக் கூறிக்கொண்டே அயலினத்தார்களாகவே நடத்துகின்றனர்.

மலாயாவில் 'கம்யூனிஸ்ட், கம்யூனிஸ்ட்' என்று கிலிகாட்டிப் பெரும்பாலும் தமிழனே வேட்டையாடப்பட்டான். 'கம்யூனிஸ்ட்' என்ற சொல் அங்கே தமிழினத்தின் மீது பாணம் தொடுப்பதற்கே பயன்பட்ட ஒரு சாக்காக இருந்தது. அச்சமயம் விடுதலை இந்தியாவின் தூதுவராக அங்கிருந்தவர் தமிழருமல்லர். தென்னாட்ட வருமல்லர்: ஒரு வட இந்தியர்! தமிழரை நாம் இந்தியர் என்று கூறினாலும், இந்தியர் எங்கும் தமிழரை இந்தியர் என்று கருதியதில்லை. வடநாட்டுப் புயலுக்குத் தென்னாட்டுக் காங்கிரசு தலைவர்களும் ஆட்சியாளர்களும் மக்களும் முனைந்து உதவியதும், தென்னாட்டுப் புயலைத் திரு.இராச கோபாலாச் சாரியார் அரசியல் புறக்கணித்ததும், காமராசர் ஆட்சியிலும் தில்லி புறக்கணித்ததும் கண்கூடு. ஆனால், இவற்றையெல்லாம் கவனிக்காத அகில இந்தியத் தமிழரும் மலாயாத் தமிழர் நிலைகண்டு கொதித்தனர். இதன் பலனாகவே மலாயாத் தூக்கு மரம் தமிழன் கழுத்தில் பதித்த பல்லைத் தளர்த்திற்று. தமிழ் மக்களேனும் ஒன்றுபட்டால், அடிமையாட்சியில்கூட வெளி நாட்டுத் தமிழன் வாழ்வுக்குச் சிறிது ஒளி ஏற்படும் என்பதை இது காட்டிற்று. தேர்தலில் தமிழர் தமிழ்த்

தேசியத்தை வலுப் படுத்தினால், அதன்முதல் நல்விளைவைக் கட்டாயமாக வெளிநாடுகளில் காணலாம்.

மலாயாப் பல்கலைக் கழகத்திலும் இந்தியப் பண்பாட்டுக்கும் இந்திய மொழிக்கும் ஒருபகுதி சென்ற சில ஆண்டுகளில் ஒதுக்கப்பட்டது. மலாயாவில் மூன்றுமொழி நாகரிகங்கள் கூடி வாழ்கின்றன. ஒன்று நாட்டுக்குரிய மலாய் மொழியும் மலாய் இனமும். அஃது இன்னும் தன் பழம்பெருமை அறியாத இனமாகவே இருக்கிறது. உலகப் பழைமையில் தமிழனோடொத்த பழம்பேரினம் அது. இரண்டாவது இடத்துக்குரியது சீனமொழியும் சீனஇனமும் ஆகும். இவற்றுட னொத்த மூன்றாவது இனமே தமிழ் இனம். மூன்றும் உலகின் மிகப்பழம் பேரினங்கள் -ஒத்த பழம் பேரினங்கள் ஆகும்- இம்மூன்றினங்களும் மலாயாவில் ஒத்து வாழ்ந்தால், மூன்றும் தம் பழம் பெருமையுணர்ந்து மறுமலர்ச்சி கண்டால், மலாயா உலகிலே ஒரு மிகப்பெரும் புரட்சி உண்டுபண்ண முடியும் என்பது உறுதி. ஆனால், இங்கும் இடையிருட்கால இனமாகிய இந்தியப் போலித் தேசிய இனம் குறுக்கிட்டுத் தமிழை உருக்குலைக்க அரும்பாடுபட்டுள்ளது; பட்டு வருகிறது.

இந்திய அரசாங்கம் இந்தியையே இந்திய மொழியாக்க ஒற்றைக்காலில் நின்று குதித்தாடிற்று. மலாயாத் தமிழன் குரல் இதை எதிர்த்தது. தமிழே அங்குள்ள இந்திய மொழியாய் இருக்கவேண்டுமென்றனர் அவர்கள். அச்சமயம் நம் அடிமைத் தமிழகத்திலிருந்து சில கொத்தடிமைகள் அங்கே சென்று, சமரசச்சாக்கில் ‘இந்தியும் வேண்டா தமிழும் வேண்டா. இருவர்க்கும் பொதுவாக சமற்கிருதம் இருக்கட்டும்’ என்று தலைகீழாக நின்று போராடினராம்! மலாயா அரசாங்கம் ஓர் ஏகாதிபத்தியத்தின் குரலுக்காகவோ, அதன் தாசர் குரலுக் காகவோ தமிழர் குடியாட்சியுரிமையை அடக்க முனையாமல் தமிழையே இந்திய மொழியாக்கினர். தமிழகத்தின் ஒரு சிறந்த பேராசிரியரும் - உயர்திரு. வித்துவான் மு.இராசாக்கண்ணனார் அப்பதவி ஏற்றுத் தற்போது அங்கே சென்றுள்ளார்.

இந்திய அரசியலும் அதற்குக் குற்றேவல் புரியும் தன்னுரிமை தன்னுணர்ச்சியற்ற சென்னை அரசாங்கமும் இங்கே புகுந்து மேலும் ஓர் அடிமைச் சமரச முயற்சி செய்து தமிழை ஒரு சிறிதேனும் தாழ்த்த அரும் பாடுபட்டன. தமிழ்மொழியே மலாயாவில் இந்திய மொழியாய் இருக்க வேண்டும் என்பதைத் தமிழே அடிப்படையான இந்திய மொழி என்று மாற்றி, தமிழுடன் சமற்கிருதத் துக்கும் இந்திக்கும் இடங்காண, தேசிய ஆட்சியைக் கைப்பற்றியுள்ள இந்த அயற் பண்பாட்சிகள் பாடுபட்டுவருவதாகக் கேள்விப்படுகிறோம்.

மலாயாவிலும் இலங்கையிலும் உள்ள மக்களுள் பலர் நம் அடிமைத் தமிழகத்திலிருந்து சென்ற சில நூற்றாண்டுகளில் சென்று குடியேறியவர்கள் என்பது உண்மையே. ஆனால், எல்லாரும் அப்படிக் குடியேறியவர்கள் என்ற எண்ணம் சிலகாலமாக வளர்க்கப்பட்டுவருகிறது. தன் வரலாறும் உலக வரலாறும் அறியாத தமிழன் - சில சமயம் மலாயாத் தமிழனும் இலங்கைத் தமிழனும்கூட - இதை விரும்பும்படி ஏடுகளாலும் பத்திரிகைகளாலும் பெரும் பிரசாரம் செய்யப்பட்டு வந்திருக்கிறது. ஆனால், இஃது இரண்டு வகையில் பொய்யுரை ஆகும். குடியேறிய தமிழரிலே மிகப்பலர் சென்ற இரண்டாயிர மூவாயிர ஆண்டுகளில் குடியேறியவர்கள் ஆவர். இதே காலத்துக்குள் இந்தியாவில் வந்து குடியேறிய ஆரியர், பார்சிகள், குஷாணர் ஆகியவர்கள் இன்று இந்தியராகக் கருதப்படுவது போல, இந்தத் தமிழரும் மலாய் மக்கள் என்று கருதப்பட வேண்டியவர்களே ஆவர். ஆனால், உண்மையில் அவர்கள் பேசும் தமிழ் ஒலிப்பே இதனைக் காட்டும். ஆயிர ஆண்டுகட்குமுன் - கடல்கடந்த தமிழகத்துடன் தமிழர் உறவு குறைந்துவந்த காலத்துக்குமுன் - இருந்த தமிழையே அவர்கள் இன்னும் பேசுகிறார்கள்.

இரண்டாவதாக, மலாய்நாடும் இலங்கையும் கடலால் நம் தமிழகத்திலிருந்து பிரிக்கப்பட்ட தமிழகப் பகுதிகளே. இந்நாடுகள் இடையே கடலில்லாமல், குமரி, பஃறுளி முதலிய ஆறுகளினாலே பிரிக்கப்பட்ட பண்டைக் குமரிக் கண்டத்தின் பகுதிகளே. ஆகவே, இங்குள்ள தமிழர்களுள் ஒரு

பெரும்பகுதி, கருமூலப்பகுதி கடலுக்கு இப்பாற்பட்ட தமிழகத் தமிழரைப் போலவே, அவ்வந்நாட்டின் மூலக் குடிமக்கள் ஆவர். மலாய் நாட்டிலுள்ள மலாய் மக்களும், இலங்கை நாட்டிலுள்ள சிங்கள மக்களும் தமிழர்க்கு முற்றிலும் அயலானவர் களல்லர். தென்னாட்டிலே, பிற இனத்தலையீட்டால், தமிழிலிருந்து தெலுங்கு, கன்னடம், மலையாளம், துளு பிரிவுற்றதுபோல, இவையும் தமிழிலிருந்து பிரிவுற்ற தமிழின மொழிகளே. மக்களும் தமிழருடன் சிலகாலம் நெருங்கிய தொடர்பில்லாமல் இருந்த காலத்தில் மாறுபட்டுவிட்ட தமிழினத்தவர்களேயாவர்.

இலங்கையில் சிங்களவரை ஆரியர் என்று கதைகட்டி, இந்திய ஆரிய மொழிகளுடன் சிங்களத்தைச் சேர்க்கும் முயற்சி சில காலமாக நடைபெற்று வருகிறது. சிலகாலமாக, வடதிசைத் தொடர்பினாலும் தூண்டுதலாலுமே சிங்களத் தலைவர்களைப் புத்த பிட்சுகள் தமிழர்க்கெதிராகத் திருப்பி வருகின்றனர். தமிழ் மக்கள் தம்மை இந்தியர் என்று கூறிக்கொள்வதனாலும், அகில இந்தியக் கட்சியின் ஆட்சியிலுள்ள தமிழ்ப் பத்திரிகைகள் இந்தக் கருத்தை வளர்த்து வருவதனாலுமே, இந்தியர் தமிழர்க் கெதிராகச் செய்து வரும் இந்தச் சூழ்ச்சியைத் தமிழர் காணாதிருந்து வருகின்றனர்.

சேனநாயகா,கொத்தலாவல, பண்டாரநாயகா ஆகியவர்கள் ஆட்சி படிப்படியாகப் பண்டித நேருவுடன் பழகிய பின்பே தமிழர்க்கெதிராகப் படிப்படியாகப் புது எதிர்ப்புகள் காட்டி வருகிறார்கள். அகில இந்திய எல்லையில் தமிழன் குற்றுயிராகி வரும் சமயம்; யாழ்ப்பாணத் தமிழர்கள் தம் இனிய தமிழ்மொழியை வீறுடன் வளர்த்து, சிங்கள மக்களுடன் நேசமாக வாழ்ந்து வருவது வட ஏகாதிபத்தியத்தின் கண்களை உறுத்தியிருத்தல் வேண்டும் என்பதில் அய்யமில்லை. ஆனால், ஓர் இராசகோபாலாச்சாரி போய், ஒரு காமராசர் வந்து விட்டா ரென்ற போலி மகிழ்ச்சியால், சாதிச் சிறுபுத்தி யடிப்படையான, மகிழ்ச்சியால், அதனுடன் ஏற்பட்டுவரும் இன அழிவைப்

பலர் கவனியாதிருந்து வருகிறார்கள். சக்கரவர்த்தி இராச கோபாலாச்சாரி போன்ற ஒருவரைப் பண்டிதநேரு போன்றோர் தம் நண்பராக்கிக்கொள்ள முடியுமேயன்றிக் கொத் தடிமையாக்கிக்கொள்ள முடியாது. இதை வடஎல்லையில் இராசகோபாலாச்சாரியும், காமராசரும் நடந்து கொண்டவிதம் நன்கு காட்டும். சென்னையில் இடம் கொள்ளத் துடித்த ஆந்திரரைத் தமிழர் சார்பில் எதிர்த்து நின்றார் இராச கோபாலாச்சாரி. அவர் ஆட்சி நீடித்திருந்தால், திருத்தணி கட்டாயம் பறிபோயிராது. தேவிகுளம், பீர்மேடு, மேல்கரைச் சித்தூர், செங்கோட்டை, நெய்யாற்றங்கரை ஆகியவற்றில் தமிழர் கட்டாயம் கோட்டை விட்டிருக்க மாட்டார்கள். அதுபோலவே இராசகோபாலாச்சாரி நீடித்து முதல்வராயிருந்து வந்தால், இலங்கைப் பிரச்சினையில் தமிழின எதிர்ப்பு இவ்வளவு மும் முரமாய் இருக்க முடியாது. 'பச்சைத் தமிழன் ஆட்சி' தமிழினத்தின் குரல்வளையை நெரிப்பவர்க்குப் பாதுகாப்பளித்துத் தமிழன் குரலை அடக்கும் இந்தப் பொறுப்பை ஏற்றிருக்கிறது. 'இலங்கைத் தமிழர் குடியுரிமைப் பிரச்சினை, மொழி ஆட்சிப் பிரச்சினை ஆகியவற்றைப்பற்றி, இலங்கையிலிருந்து வரும் தமிழர் இங்கோ, இங்கிருந்து இலங்கை செல்லும் தமிழர் இலங்கை யிலோ பிரச்சாரம் செய்யாமல் நான் பார்த்துக்கொள்கிறேன்' என்று அவர் பண்டாரநாயகாவிடமே வாக்குறுதி அளித் துள்ளதாக அறிகிறோம்.

தமிழகத்தை நேரடியாகத் தில்லி ஆண்டால்கூட, தில்லிக்குக் காமராசர் மூலமாகக் கிடைக்கும் இவ்வளவு சாதகமான நிலை இராது என்று நிச்சயமாகக் கூறலாம். தமிழர் நலங்களைக் கவனிக்க ஒரு பச்சைத்தமிழன் இருக்கிறான் என்ற எண்ணமே தமிழர் பல துறைகளில் அசட்டையாய் இருக்கும்படி செய்துவிட்டது.

தேவிகுளம், பீர்மேடு முதலிய பகுதிகள் வகையிலும் தமிழர் கொச்சி குரலை அடக்குவதாகப் பச்சைத்தமிழர் திரு அமைச்சர்களுக்கு உறுதியளித் துள்ளார் என்று தெரிகிறது.

பர்மாவில் தமிழர்நிலை பற்றிப் பேசவந்த ஒருவரிடம் அது பற்றி இந்திய அரசாங்கத்துக்குப் பரிந்துரைக்கக்கூட நம் பச்சைத்தமிழர் மறுத்துவிட்டார். 'எனக்குத் தமிழ் உணர்ச்சியூட்ட முயல்வது வீண்செயல்' என்று அவர் கூறினாராம்! இத்தகைய இரும்புத் தமிழன் இருக்க நமக்கென்ன குறை என்று பண்டித நேருவும் வடவரும் கட்டாயம் எண்ணிக் கவலையற்று இறுமாந்திருக்கக் கூடும்.

தமிழா! நீ உலகின் நண்பனாயினும், உலகில் நீ உரிமையில்லாமலும், உன் உரிமை எங்கும் எழாதபடி பார்த்துக் கொள்ளவும் பொறுப்பேற்றுக்கொள்ளவும் உனக்கு ஓர் அரசாங்கம் இருக்கிறது! அந்த ஆதரவில் உன் இனப் பகைவரே உன்னை ஆள, உன் பகைவரே உன்னைச் சூழ்ந்துள்ள நிலையில் நீ இருக்கிறாய்! உன் இனத்தை அழிக்க விரும்பும் பகைவர்க்கு உதவியாக உன் கையும் எழாதிருக்குமாக! உன் கைச்சீட்டும் உன் பகைவர் ஏற்கெனவே பெற்றுள்ள வலுவைப் பெருக்கா திருக்குமாக!

தமிழினத்தின் குரல் இன்று தமிழகத்திலே உரக்கக் கேட்கப்படுகிறது. ஆனால், அக்குரல் இதுவரை உன் வாழ்வில், சமுதாயத்திலேயே உழைத்தது. தேர்தலில் உன் உரிமையைக் காக்க நெடுநாள்வரை வாராதிருந்தது. ஏனெனில், அரசியலுரிமைக்குப் பாடுபடுமுன் அஃது உன் சமுதாய, கலை நலன்களில் கருத்துச் செலுத்தியிருந்தது. ஆனால், தமிழினத்தின் 'விடியல் ஒளி' அவர்களைத் தூண்டியிருக்கிறது. உன் இனப்பற்றையே தம் கேடயமாகக் கொண்டு, தம் இனப்பற்றையே வாளாக ஏந்தி அவர்கள் களம் புகுந்துள்ளனர். நீ வாழ, கடல்கடந்து உன் தோழன் உரிமை பெற, நீ நிமிர்ந்து நில். ஒரு தடவையாவது, உன் உயிர்த் தேவையான இனவளத்தை எண்ணி, மற்றப் பாசங்களை ஒதுக்கி, மற்ற மயக்கங்களைத் தள்ளி வைத்துத் தமிழினக் குரல் தரணியெங்கும் கேட்கும்படி செய்வாயாக! தமிழ்மொழியும் தமிழ்க் குரலும் உன் சட்டமன்றங்களில் முழங்கினால், உன் பிள்ளைகளும் பிள்ளைகளின் பிள்ளை களும் வருங் காலத்தில் உன்னை வாயார வாழ்த்தும் நிலை கட்டாயம் உண்டாகும்

பிள்ளை காலத்திலென்ன, உண் கண் முன்னேகூட அந்த நிலை உண்டாகக் கூடும்.

உன் பிள்ளைகள் நல்வாழ்வை மனத்தில் கொண்டு, உரிமைப் பெட்டியில் உன் உரிமைக்கரம் நீட்டு. மங்கிய உன்வாழ்வு அதன் மூலம் பொங்குவது உறுதி. வறுமையின் வாட்டம் உன்னை விட்டும், உன் நாட்டை விட்டும் ஓடுவது உறுதி. அது நீ எழுப்பும் ஆர்வத்தை அதாவது, உன் குடும்பத்தை ஊக்கி, நண்பரைத் திரட்டி, தமிழுணர்ச்சி வாயிலாக அலையலையாகத் தமிழரைத் தமிழினத்தின் திசையில் நீ இட்டுச்செல்லும் துடிப்பைப் பொறுத்தது!

8. தமிழகமும் தென்னாடும்

தமிழகத்தின் மொழி விரிவு, தமிழர் வாழும் பகுதி களனைத்தும் அடங்கிய தமிழுலகம் ஆகும். இதனை நாம் பெருந்தமிழகம் என்னலாம். ஆனால், தமிழகத் தின் இன்னொரு வகை விரிவு உண்டு. அது மொழிவிரிவன்று. ஆனால், மொழி சார்ந்த இனப்பண்பின் விரிவு. அது தமிழின மொழிகளான மலையாளம், தெலுங்கு, கன்னடம், துளு ஆகிய மொழிப் பகுதிகள் சார்ந்தது. இப்பேரெல் லையை நாம் பண்டைத் தமிழக விரிவின் எஞ்சிய சின்னமாகவும் கருதலாம். செந்தமிழக மாகிய இன்றைய தமிழகத்தின் நாடு கடந்த மொழிவிரிவாகவும் மொழிகடந்த பண்பு விரிவாகவும் கருதாதிருக்க முடியாது. நல்ல குடியாட்சித் தமிழகம் அமையும் காலத்தில், தமிழகத் தேசிய அரசியல் தொலை தமிழர் வாழும் கடல்கடந்த நாடுகளின் அரசியல்களுடன் ஒரு நேச உறவும், அண்மையிலுள்ள இவ்வின நாடுகளுடன் அதனிலும் நெருங்கிய ஒரு கூட்டுறவும் கொள்ளப் போவது உறுதி. 'திராவிடம்' என்ற இந்த இன எல்லையின் பெயரால், தமிழகத்திலே ஒரு கட்சி ஏற்பட்டிருப்பதுடன் அதன் குரல் தமிழகத்தின் பழம் புகழ்க் கீதத்தைப் புதிய தமிழகத்தின் காதில் சென்ற பல ஆண்டுகளாக எழுப்பிவருகிறது. அஃது உரிமைத் தமிழகம் என்ற குறிக்கோளுடன் இந்த உரிமை இனக்கூட்டுறவு என்ற குறிக்கோளையும் ஒரே குறிக்கோளாக்கி, திராவிடம் என்று அழைக்கிறது. இது திராவிட இயக்கத்தின் பொதுக் குறிக்கோளானாலும், திராவிட முன்னேற்றக் கழகத்துக்கே சிறப்புக் குறிக்கோள் ஆகும். ஏனென்றால், திராவிட இயக்கம் தொடக்கக் காலத்தில் - திராவிடர் கழகமாக உருவாகுமுன் - 'தமிழ்நாடு' என்ற மொழி எல்லை மட்டுமே மேற் கொண்டிருந்தது. 1944இல் 'திராவிடர் கழகம்' என்ற பெயர் ஏற்ற போது, அது 'தமிழ்நாடு' என்ற குறிக்கோளைப் பேரளவில் நழுவவிட்டு, 'திராவிடநாடு' என்ற குறிக்கோளை மட்டுமே வலியுறுத்திற்று. ஆனால்,

1949இல் திராவிட முன்னேற்றக் கழகமாக மறுமலர்ச்சியுற்றபோது, அது தமிழகத்தின் மறுமலர்ச்சி இயக்கமாகி, முழுநிறை தமிழ்த் தேசிய வாழ்வாயிற்று. 'தமிழ்நாடு' என்ற குறிக்கோளுடன், திராவிடநாடு என்ற குறிக்கோளை இணைத்து, 'முழுநிறை உரிமை பெற்ற தமிழ்நாடும்' முழுநிறை உரிமைபெற்ற கேரளம், ஆந்திரம், கருநாடகம், துளுவம் ஆகிய நாடுகளுடன் இணைந்து, சரிசம அடிப்படையில் அமைந்த திராவிடக் கூட்டாட்சியும்' என்று இணைவுக் குறிக்கோளுக்கு விளக்க வரையறை அளிக்கப்பட்டது.

இந்த இணைவுக் குறிக்கோளும் அதன் விளக்க வரையறையும் அகில இந்திய, அகில உலகக் கட்சிகளால் மனக்குழப்பமுறும் கட்சிப் புத்தார்வலர்க்காகவே செய்யப் பட்டாலும், அது திராவிட முன்னேற்றக் கழகத்தின் பணியிலே ஒரு பெருமாறுதல் உண்டுபண்ணிற்று. 'தமிழ்நாடு' குறிக்கோளை மட்டுமே கண்டுணர முடிந்த அகில இந்திய, அகில உலகக் கட்சிகளுடன் அக்குறிக்கோள் நோக்கி ஒத்துழைத்தும், 'திராவிடநாடு' குறிக்கோள் மட்டுமே கொண்ட திராவிடர் கழகத்துடனும் அது தேவைப்பட்ட சமயம் அவ்வப்போது அக்குறிக்கோள் நோக்கி ஒத்துழைத்தும், தமிழக முழுநிறை தேசியத்தின் மய்யக் கட்சியாய்ச் செயலாற்ற முடிகின்றது. அதன் ஆற்றல் இதனால் பன்மடங்கு பெருகிற்று. தமிழகம் கடந்து மிகுதி பரவாத நிலையிலேயே 1952-க்குள்ளாக அஃது அகில இந்தியாவிலும் ஒப்புயர்வற்ற ஆற்றல் மிக்க ஒரு கட்சியாயிற்று. 1952 தேர்தலில் அது தன் நேரடி ஆதரவாளர்களாகத் தமிழகத்தில் 40 உறுப்பினர்களைச் சட்டமன்றத்துக்கு அனுப்ப முடிந்தது.அத்துடன் அதற்கு முன் தமிழகத்தில் 2 இடம் மட்டுமே பெற்ற கம்யூனிஸ்டுகளை அது தன் அனுதாப ஆற்றல் மூலமே 20 இடம் பெறுவித்தும், தமிழகத்துக்கு வெளியே முற்போக்குக் கட்சிகள் அதாவது இடதுசாரிக் கட்சிகள் பெருவாரியாக வெற்றிபெறுவித்தும் கீழ்த்திசை முழுவதுமே முற்போக்குச் சத்திகளுக்குத் தூண்டுதல் தந்து இயக்கிற்று.1952-க்குப் பின் அதன் ஆற்றல்

தமிழகத்தினுள்ளும் வெளியேயும் கண்காணும் கட்சியாற்றல் வடிவிலும் கண்காணா ஆர்வ ஆதரவு வடிவுகளிலும் பரவிவருகிறது.1953-ஜூலை 14-இல் அது நடத்திய மும்முனைப் போராட்டம் ஒரேநாளில் தமிழகத்தின் மூவாயிரம் இளங் காளைகளையும் நங்கையர்களையும் சிறைக்கோட்டம் காணவும் பல்லாயிரம் மக்களைத் தமிழின் உரிமைக் களம் காணவும் வைத்தது. தமிழகங் கண்ட மிகப்பெரும் பேருரிமைப் போர் அதுவே. அதுவே தமிழகத்தை ஐந்து கண்டங்களுக்கும் அறிமுகப்படுத்திவைத்தது.

திராவிட இயக்கத்தினரின் இந்த இணைவுக் குறிக்கோளைத் தமிழர் அய்யந்திரிபற அறிந்துகொள்ளுவது மிகமிக அவசியம். ஏனெனில், அகில இந்திய இயக்கத்திலேயே, அவ்வியக்க எல்லைக் குள்ளிருந்து தமிழார்வம் காரணமாக வெளியேற்றப்பட்ட தமிழரசுக் கழகத்தின் குறிக்கோளுக்கும் செயலுக்கும், இத் தமிழ்த் தேசியக் குரலுக்கும் தொடர்பு உண்டு என்றாலும், தூரமும் மிகுதி உண்டு. இரண்டையும் தமிழர் அறிதல் நன்று.

தமிழக எல்லை எது என்பதை அறுதியிட்டு அந்த எல்லையைத் தமிழகமாகக் காணும் வகையில் அகில இந்தியக் கட்சியின் தமிழ் நுனியான தமிழரசுக் கழகத்தின் ‘தமிழ்நாடு’ குறிக்கோளும், தமிழினக் குறிக்கோளான திராவிட முன்னேற்றக் கழகத்தின் ‘தமிழ்நாடு’ குறிக்கோளும் ஒன்றே. ஆனால், இனக் குறிக்கோள் தமிழினத்துக்கு முழுநிறை தன்னாட்சி கோருகிறது. அதாவது வடதிசை ஏகாதிபத்தியத்தின் மேலுரிமையற்ற, தொடர்பற்ற, முழு விடுதலை நாடாகவே அது ‘தமிழ்நாடு’ காண விழைகிறது. அகில இந்தியக் கட்சியின் தமிழ்க் குரலோ ஆந்திர மாகாணம்போல ஒரு தமிழ் மாகாணம் பெறுவதுடன் அமைதியுற்றுவிடும். தொடக்கத்தில் எழுச்சியுற்ற விழிப்புற்ற தமிழர்களையும் கவராமல், இன்னும் தமிழகத்தின் பெரும்பாலான மக்களைக் கவராமல் காங்கிரசின் அருகே ஒரு

கண்காணாச் சிற்றொளியாக அக்கழகம் நிலவவேண்டியிருப்பதன் காரணம் இதுவே.

இரண்டாவதாக, காங்கிரசு மற்றத் தமிழருடன் சேர்த்துத் தம்மையும் உதைத்தாலும், அகில இந்தியக் குறிக்கோளுடன் நிற்கும் தமிரசுக் கழகம் அதைவிட்டு அகலமுடியவில்லை.

இதனால், அது காங்கிரசால் வேண்டும்போது பயன்படுத்தி, வேண்டாதபோது சுருட்டி வைத்துக்கொள்ளும் ஒரு வாலாகவே நடைபெற முடிகிறது. தமிழக எல்லைக்காகப் போராடும் போதும் அது காங்கிரசு அரசியலை எதிர்த்துத் தாக்கும் ஆற்றல் இல்லாததாலேயே நினைத்தபடி எதுவும் முடிக்கமுடியாமல் இருக்கிறது. இந்தி எதிர்ப்பு வகையிலும் இரண்டாம் இந்தி எதிர்ப்பு இயக்கத்தின்போது அது மற்றக் கட்சிகளுடன் பெயரளவில் இணைவதாகக் காட்டிக்கொண்டாலும், தன் வலுவையோ ஆர்வத்தையோ அதில் மிகுதியும் காட்ட முடியவில்லை.

திராவிட முன்னேற்றக் கழகம் கோரும் தமிழ்நாட்டின் முழுப் பொருளும் விளங்க வேண்டுமானால், அது கோரும் திராவிட நாட்டின் முழுப்பொருளையும் நன்கு உணர்தல் வேண்டும். ஏனெனில், இரண்டு குறிக்கோளும் ஒரே இனக் குறிக்கோளின் இருபுறங்களேயாகும்.

இரண்டையும் சேர்த்துக் கீழ்வருமாறு விளக்கலாம்.

ஒன்று: திராவிட முன்னேற்றக் கழகம் கோரும் தமிழ்நாடு அகில இந்தியக் கட்சி கோரும் தமிழ்நாடன்று. தமிழக 'வாக்குரிமை' மூலம் கொடுத்த உரிமையன்றி, தமிழக அரசியலுக்கு வேறு எந்த உரிமையும் அது கோரும் தமிழ் நாட்டில் இராது. அதுகோரும் தமிழ் நாட்டுச் சட்டமன்றத்தின் ஆற்றல் இங்கிலாந்தில் பாராளுமன்றத்துக்கு இருக்கும் ஆற்றல். அந்த மன்றமே யாருக்காவது அல்லது எந்தக் கட்சிக்காவது தன் ஆற்றலைப் பகிர்ந்து கொடுத்தாலல்லாமல் அதற்கு மேற்பட்ட ஆற்றலாக, இயற்கையின் ஆற்றலன்றி வேறு எந்த ஆற்றலும் இராது.

இரண்டு: திராவிட முன்னேற்றக் கழகம் கோரும் திராவிட நாட்டில் தமிழ்நாடு மட்டுமன்றி, ஆந்திர நாடும், கருநாடக நாடும், கேரளநாடும், துளு நாடும் அடங்கியுள்ளன. ஆனால், அது கோரும் ஆந்திரநாடு, இன்று ஆந்திரர் பெற்றுள்ள ஆந்திர நாடன்று, மேற்கூறிய தமிழ்நாட்டைப் போலவே முழுநிறை உரிமைபெற்ற, தில்லி மேலுரிமையோ அல்லது வேறு எவர் மேலுரிமையோ அற்ற ஆந்திரநாடு ஆகும். அந்த ஆந்திரநாட்டுச் சட்டமன்றமே ஆந்திரர் ஆட்சிக்கு முழுப்பொறுப்பு வகிக்கும் ஆந்திரப் பாராளுமன்றமாய் இருக்கும்.

காங்கிரசு ஆட்சியை எதிர்த்துக் காங்கிரசுக்காரரே போரிட்டு அதன் பிறகு அமைந்துள்ள ஆந்திரமும், கேரளமும், இனியமையவிருக்கும் கருநாடகமும். தமிழகமும், துளுவமும் அல்ல; திராவிட முன்னேற்றக் கழகம் கோரும் ஆந்திரமும், கேரளமும், கர்நாடகமும், தமிழகமும், துளுவமும்! முழுநிறை விடுதலை யுரிமையும் தன்னாட்சியும் தில்லி மேலுரிமையோ, வேறு எந்த மேலுரிமையோ அற்ற நாடுகளாய் அவை இருக்கவேண்டுமென்று திராவிட மறுமலர்ச்சி இயக்கமான திராவிட முன்னேற்றக் கழகம் விரும்புகிறது.

மூன்று : இந்த ஐந்து முழுநிறை உரிமை பெற்ற நாடுகளும் தத்தம் பாராளுமன்றம், அமைச்சரவை, அரசியல் உரிமைகளுடன் தனித்தனி முழு உரிமை நாடுகளாக உலகில் இயங்கும்.

நான்கு : இந்த ஐந்து நாடுகளும் சரிசம அடிப்படையில் பொது இன உரிமை, பொது நல விருப்பம் ஆகியவற்றின் அடிப்படையிலே மட்டுமே ஒன்றுபட்டுக் கூடி, தாம் விரும்பிய முறையில் கூட்டுறவு அமைத்து, அக்கூட்டுறவு அரசியலைத் தாம் விரும்பிய முறையில் கட்டமைத்து, அதற்குத் தாம் விரும்பிய உரிமைகளையே கொடுக்கும்.

ஐந்து : இந்தியக் கூட்டுறவில் மய்ய ஆட்சியே மேலாட்சியும் மேலுரிமையும் உடையது. ஆனால், திராவிடக் கூட்டுறவில் உரிமைகள் யாவும் மொழி நாடுகளிலேயே இருக்கும். அவற்றின் ஒத்துழைப்பால் ஏற்பட்ட மொழி ஆட்சி மேலாட்சி யாய் இராது. அவற்றுடன் ஒத்துழைக்கும் பொது ஆட்சியாகவே இருக்கும். அதன் ஒவ்வொரு செயலும் நாட்டாட்சிகளின் இணக்கம் பெற்றதாகவே இருக்கும்.

ஆறு : இந்தியக் கூட்டுறவு இன அடிப்படையில் அமைந்ததன்று. அஃது ஒரு தேசிய இனமாக இயங்கவும் முடியாது. அதனாலேயே அது மாகாணங்களின் உரிமைகள் என்றால் அஞ்சுகிறது. மாகாணங்களை மொழியடிப்படையில் அமைக்கவும் அஞ்சுகிறது. மொழியடிப்படையான உண்மைத் தேசியங்கள் தம் போலிப் பொதுத் தேசியத்தை உடைத்துவிடும் என்பது இப் போலித் தேசியவாதிகளின் ஓயாத கிலி. திராவிடக் கூட்டுறவுக்கு இந்த அச்சம் எதுவும் இராது. ஏனெனில், இந்தியக் கூட்டுறவில் இனம், கூட்டுறவுக்கு எதிராகச் செயலாற்றுகிறது. திராவிடக் கூட்டுறவில் இனம், கூட்டுறவுக்குச் சாதகமாகத் தானாகச் செயலாற்றிவிடும்.

ஏழு : இந்தியக் கூட்டுறவில் தனிமனிதப் போட்டியும் சரி, மாகாணப் போட்டியும் சரி தேசிய இன ஆர்வம் என்ற அன்பிணைப்பு இல்லாத, பொதுக் குறிக்கோளில்லாத பொறாமைப் போட்டி ஆகும். சுதந்தரத்துக்கு முன்பே இப் பொறாமைதான், முசுலிம் பகுதிகளான இன்றைய பாகிஸ்தான் பரப்பில் தொழில் வளர்க்காமல், இந்துப் பகுதிகளான இன்றைய இந்தியாவிலேயே தொழில் வளர்த்தது. இதனாலும், வட இந்தியாவிலே முசுலிம்களுக்கு இடம்தரும் உருதுவைப் பகைத்து இந்தியை வலியுறுத்தியதனாலும் பாகிஸ்தான் பிரிய நேர்ந்தது. இதே பொறாமைப் போட்டி, இந்தியக் கூட்டுறவின் மாகாணங் களிடையே இன்றும் நிலவுகிறது. தென் மாகாணங்களைப் பொறுத்தவரையில் இப் பொறாமைப் போட்டி, அயலினப் பகைமைச் செயலாகவே நடைபெறுகிறது. இந்த

இனவேறுபாடு காங்கிரசில் மாறாப் பற்றுள்ள பெருந்தலைவர்களையும் பெரியவர்களையுமே உறுத்திவருகின்றது.

பம்பாயில் 'தாஜ்மகால்' ஓட்டலை விலைக்கு வாங்க எண்ணிய பாரிஸ்டர் திரு.அழகப்ப செட்டியாரை வடக்கத்திய முதலாளிகள் திரண்டு உருட்டிவிட்ட செய்தி; இந்தியில் படமெடுக்கும் முயற்சியில், பம்பாய் அரசியலார் 'ஆனந்த விகடன்' உரிமையாளரான திரு.ஜெமினி எஸ்.எஸ்.வாசனுக்குத் தந்த இடி ஆகியவற்றையும்; மைசூரில் அரசாங்கம் நடத்த முன் வந்த மோட்டார்த் தொழிலுக்கு இணக்கம் மறுத்து, வடவர்க்கு அது கொடுத்தது; குடியாட்சியில் மக்கள் உயிர் நிலையாகிய பத்திரிகைகளையும் உண்டி விடுதிகளையும் வடநாட்டவர் கைப்பற்றி வருவது; சோப்பு, சிமிட்டித் தொழில்களைத் தென்னாட்டிலும் டாட்டா, பிர்லா, டால்மியாக்களுக்கே உரிமையாக்கி வருவது; ஐந்தாண்டுத் திட்டத்தால் தென்னாட்டை ஆசியாவில் ஓர் 'ஆசியா' வாக்கி, வடநாட்டைக் கீழ்த்திசை 'அமெரிக்கா' ஆக்கிவருவது ஆகிய செயல்கள் அறிவுக் குருடராக்கப் பட்டுள்ள தமிழர்க்கும் உணர்ச்சியூட்டும் காட்சிகளாகப் பெருகி வருகின்றன.

இந்தப் பொறாமை, பகைமை, தன்னலப் போட்டிகள் திராவிட மறுமலர்ச்சி இயக்கம் கோரும் தென்னாட்டில் இருக்கமாட்டா. ஏனெனில், ஒவ்வொரு மொழி நாடும்; தன் முழு ஆற்றலும் வளர்த்து, உலக வாணிகத்திலும், தொழிலிலும் ஒன்றுக்கு ஐந்தாக இடம்பெறும்படி ஊக்கப்படும்.

'எல்லாரும் ஒரு நிறம் எல்லாரும் ஓர் இனம்
எல்லாரும் இந்நாட்டு மக்கள்'

என்ற உணர்ச்சி மொழி காரணமாக; மொழி நாடுகளில் வளர்க்கப்படுவதுடன், மொழி இனம் காரணமாகத் தென்னாடெங்கும் வளர்க்கப்படும்.

கடைசியாக, "தமிழ்நாடு' குறிக்கோளும் 'திராவிடநாடு' குறிக்கோளும் இணைக்கப்படுவானேன். முழு நிறை தமிழகம் போதாதா?" என்ற கேள்வி சிலரிடம் எழக் கூடும்.

இதன் விடையும் இணைவுக் குறிக்கோளின் விளக்கமாகவே அமைவது. ஆதலால், அதில் தமிழர் கருத்துச் செலுத்துதல் வேண்டும்.

முதலாவது : தில்லியை எதிர்த்துத் தமிழகம் தனித்து நின்று முழு நிறை விடுதலைபெற முடியுமென்றே வைத்துக்கொள்வோம். தமிழகம் அப்போது மொழியடிப்படையில் அமைந்த ஒரு நாடாயிருக்குமேயன்றி, இன அடிப்படையில் அமைந்த இயற்கைத் தேசியமாய் அமையாது. தமிழ் இனம் மொழி யடிப்படையாகவே அமைந்ததானாலும், அது மொழி கடந்து வளர்ந்துவிட்டது. அந்த வளர்ச்சி உண்மையில் இமய எல்லை யளாவி, அதற்கப்பாலும் பரந்திருந்த காலம் உண்டு. ஆனால், அதன் இனவளர்ச்சியின் உயிர்த்துடிப்புக் குன்றியபின் அஃது இமய எல்லையை விட்டு விந்திய எல்லைக்கும், விந்திய எல்லையைவிட்டு ஐந்து மொழி நாடுகள் எல்லைக்கும், பின் வடவேங்கடம் தென்குமரி குண குடக் கடல் எல்லைக்கும், அதன்பின் குடகடல் எல்லைவிட்டு மலை எல்லைக்கும், நம் நாளில் இதனினும் குறுகியுமே வந்துள்ளது காணலாம். இனப் பற்றற்ற காரணத்தாலேயே, கொடுந்தமிழ் நிலம் என்று எல்லைப் புறங்களைப் பழித்ததனாலேயே, தமிழகமும் தமிழினமும் தேய்ந்து பிற இனங்களுக்கும் மொழிகளுக்கும் நாடுகளுக்கும் பணிய நேர்ந்தது. இன அடிப்படையையும் பண்பாட்டடிப் படையையும் தமிழகம் இன்று பேணாமற் போனால், முழு நிறை உரிமை பெற்றாலும் இன்னும் சில நூற்றாண்டுகளுக்கு மேல் தமிழகம் நீடித்து நிற்க முடியாது. கிரேக்க, உரோம இனங்கள் போல, சால்டிய, எகிப்திய இனங்கள் போல, அழிந் தொழியவே நேரும்.

இது தமிழகத்துக்கு மட்டும்தானே நட்டம்? ஆந்திரரும், கன்னடியரும், மலையாளிகளும் இதற்காகத் தமிழருடன்

சேருவரா - சேர ஆர்வம் கொள்ளுவரா? என்று நேர்மையுள்ளம் படைத்த தமிழர் கட்டாயம் கேட்பர்.

எல்லையிழந்தது தமிழகம் மட்டுமன்று அன்பரே, தமிழினம் முழுவதுமே! ஆந்திரப் பேரரசர் ஆண்ட முக்கலிங்கம் எவை என்பதை ஆந்திரர் இன்று மறந்துவிட்டனர். வங்கக் குடாக்கடலில் மேற்கிலுள்ள வட தென்னாடு ஒரு கலிங்கம் - இது மேல் கலிங்கம். வங்காளம் உள்ளடக்கிய கங்கைச் சமவெளி ஒரு கலிங்கம் - இது வட கலிங்கம். பர்மா ஒரு கலிங்கம் - இது கீழ்க் கலிங்கம். இம் மூன்றும் சேர்ந்ததே முக்கலிங்கம். இஃது ஆந்திரரின் அரசியல் விரிவு. ஆனால் *11*ஆம் நூற்றாண்டில் சோடகங்கர் ஒரிசாவை ஆண்டபோது, அங்கே பேசப்பட்ட மொழி தெலுங்கே. சோடகங்கர் தெலுங்குப் புலவரை ஆதரிக்காமல் தமிழ்ப் புலவரை ஆதரித்தனர் என்றும் பள்ளிகளில்கூடத் தாய்மொழியாகிய தெலுங்கை அமிழ்த்தித் தமிழைப் புகுத்தினர் என்றும் அந்நாட்டு வரலாறு குறிப் பிடுகிறது.

ஆந்திர மொழி வழங்கிய ஒரிசாவின் வடவரினக் கலப்பாலேயே இன்றும் அரைத் திராவிட - அரை ஆரிய மொழியாகிய ஒரிசா பிரிந்துள்ளது.

பிரிட்டிஷ் ஆட்சிக் காலத்திலேயே ஒரிசா மாகாணம் அமைந்தது. அச்சமயம் சென்னை மாகாணத்தின் வடகோடியில் விசாகப்பட்டினம் இருந்த கஞ்சம் மாவட்டத்தையும் மாவட்டத்தில் பெரும் பகுதியையும் ஆந்திரர் இழந்தனர். அப் பகுதிகளில் தெலுங்கு பேசுபவரும் பண்டைத் திராவிட மொழிகளான கோண்டு, கூயி பேசுபவர்களும்தாம் மிகுதி. ஆனால், இன்று கேரளத்தை வளப்படுத்தத் தேவிகுளம், பீர்மேடு தமிழரிடமிருந்து வட ஏகாதிபத்தியத்தால் பிடுங்கப்பட்டது போல, அன்று அதே ஏகாதிபத்தியத்தால் ஒரிசாவை வளப்படுத்தக் கஞ்சம், விசாகப்பட்டினம் பகுதிகள் திராவிட ஆந்திரரிடமிருந்து பறிக்கப்பட்டன.

மராட்டிய ஆட்சிக் காலத்தில் தெலுங்கு மொழி பேசிய பகுதியிலும் கன்னட மொழி பேசிய பகுதியிலும் மராட்டிய மொழி பரவிற்று என்று கன்னட, தெலுங்கு மொழி வரலாறுகள் கூறுகின்றன. மராத்திய நாட்டில் 'தெலாங்' என்ற பெயருடைய வர்கள் பலர் முன் தெலுங்கராயிருந்து மராத்தியரானவர்களே.

மராட்டியரும் குஜராத்தியரும்கூட, இதுபோல வட ஆரியரால் தெற்கு நோக்கித் தள்ளப்பட்டனர் என்றும் தெற்கே கிடைத்த புது நிலத்தைவிட அவர்கள் வடக்கே இழந்த எல்லை பெரிது என்றும் மராட்டிய, குஜராத்திய வரலாறுகள் குறிக்கின்றன.

மலையாள நாடு சங்க காலத்தில் தமிழ்நாடாக இருந்ததை நம்மில் பலர் அறியமாட்டார். ஆனால், அதை அறிபவர்கள்கூட அந்தப் பழைய மலையாளமாகிய தமிழ்மொழி எல்லை, இன்றைய மங்களூர் எல்லை தாண்டிச் சென்றிருந்தது என்பதைக் கவனித்தால், மலையாள மொழி வடக்கே எவ்வளவு கோட்டை விட்டிருக்கிறது என்று காணலாம்.

தமிழினத்தவர் ஒத்துழைப்பின்றித் தமிழர் தனித்து ஒரு நாடாக வாழலாம். ஆனால், இது சிலநாள் வாழ்வாகவே இருக்கும். அதுபோலவே தமிழக ஒத்துழைப்பின்றி, தமிழின நாடுகள் சிலகாலம் நாடாக வாழலாம். ஆனால், இதுவும் சிலநாள் வாழ்வாகவே இருக்க முடியும். தமிழினக் கூட்டுறவால் இந்நாடுகளின் வாழ்வு படிப்படியாக விரிவுறுவதுடன், அவற்றின் பண்பாடும் எதிர்பாரா வளர்ச்சியடையும்.

உண்மையில், பிற நாட்டார் தலையீட்டால் தென்னாட்டின் மொழிதான் ஐந்தாகப் பிரிவுற்றது. பண்பாட்டிலும் பலவகைச் சீரழிவுகள் ஏற்பட்டன. ஆனாலும், புதிய ஒற்றுமைக்குரிய பண்பாட்டுக் கூறுகளை அந்தத் தலையீடே உண்டுபண்ணிற்று. திராவிடஇனத்தின் பண்டைநாடகக் கலையின் பெருமையில் ஒரு பகுதியை மட்டுமே நாம் மலையாளத்தில் காண்கிறோம். அதன் பிற கூறுகள் தமிழிலும்

கன்னடத்திலும் தெலுங்கிலும் உள்ளன. அதுபோலவே கட்டடக் கலையின் ஒரு பெரும் பகுதி தமிழகத்திலும் மீந்தவை மலையாளம், கன்னடம் ஆந்திரப் பகுதியிலும் உள்ளன. ஓவியத்தில் பெரும் பகுதி ஆந்திரா விலும் தமிழகத்திலும் சிதறிக் கிடக்கின்றன. இவ்வெல்லைகள் முழுதும் மீண்டும் ஒன்றுபட்டாலன்றி, தமிழின நாகரிகத்தின் முழு விரிவை நாம் காணமுடியாது.

மொழித் துறையிலும் தமிழ்மொழியின் முழு ஆராய்ச்சி என்றாலும், பிற தென்மொழிகளின் முழு ஆராய்ச்சி என்றாலும் ஒன்றே - எல்லாம் ஒரே திராவிட மொழி ஆராய்ச்சியே ! அயலினப் பண்பாட்சியிலுள்ள சென்னைப் பல்கலைக் கழகமும் அண்ணாமலை பல்கலைக் கழகமும் இத்துறையைத் தீண்டவில்லை, தீண்டிய பின்னும் வேண்டா வெறுப்பாக நத்தை வேகமும், நத்தையார்வமுமே காட்டிவருகின்றன. தேசியத் தமிழகத்திலே திராவிடக் கூட்டுறவிலே ஐந்து மொழிகளின் தனித்தனிச் சிறப்பாராய்ச்சிகளை ஐந்து நாட்டுப் பல்கலைக் கழகங்களும், அவற்றின் கொண்டுகூட்டான திராவிடமொழியின் உயர் ஆராய்ச்சியை, அனைத்தும் சேர்ந்த கூட்டுக் குழுவும் நடத்தும்.

தமிழினப் பழைமை யாராய்ச்சியில் பாண்டியர், சோழர் தலைநகரங்கள் தமிழகத்திலுள்ளன. ஆனால், இவ்விருவர் ஆட்சிச் சின்னங்களும் கல்வெட்டுகளும் சேரர் தலைநகரான வஞ்சியிலும் திருவாங்கூரிலும் மலபாரிலும் உள்ளன. மிகப் பழங்காலச் சேரர் தலைநகரான ‘நறா’ நகர் தென்கன்னட மாவட்டத்திலேயே இருக்கிறது. தமிழரசருள் பாண்டியர் ஆண்ட சின்னங்களுடனும் கல்வெட்டுகளுடனும்; சோழர் ஆண்ட சின்னங்களுடனும் கல்வெட்டுகளுடனுமே குடகு நாட்டு வரலாறு தொடங்குகிறது.

மற்றும் ஐந்து மொழி நாடுகளிடையே உள்ள மக்கள் தொடர்பு ஆட்சித் தொடர்பு, வரலாற்றுத் தொடர்பு, நாகரிகப் பண்பாட்டுத் தொடர்புகள் பல. அவை தனி நூலாக எழுதப்படின், தென்னகப் புது வாழ்வுக்கு மிகவும்

பயன்படுவதாகும். ஒரு தேசியத் தமிழாட்சியிலும் திராவிடக் கூட்டாட்சியிலும் மட்டுமே இவற்றை ஊக்க முடியும். அத்தகைய புரட்சிகரமான தொடர்புகளுக்கு ஒன்றிரண்டு எடுத்துக்காட்டுகள் மட்டும் கூறுவோம்.

ஒன்று : மலையாள நாட்டுக் கவிஞன் எழுத்தச்சன்தான் தென்னா டெங்கும் - தமிழகம் உட்பட - திண்ணைப் பள்ளிக் கூடங்கள் ஏற்படுத்தினான் என்பது. திண்ணைப் பள்ளிகளுக் காகவே பிற்கால ஔவையார் ஆத்திசூடி முதலிய பள்ளி வகுப்புப் பாட ஏடுகள் எழுதினார்.

இரண்டு : சோழர் குடி இளைஞரும் பாண்டியர் குடி இளைஞரும் கன்னட நாட்டிலும் தெலுங்கு நாட்டிலும் தனித்தனி நாடுகள் கண்டு ஆண்டனர் என்பது.

மூன்று : இன்று தமிழருடன் தமிழராகக் கலந்துவிட்ட களப்பிரர் இரண்டாயிர ஆண்டுகட்கு முன் கன்னட நாட்டிலிருந்து தமிழகத்துக்குள் வந்து புகுந்த முல்லைநில நாகரிகத்தவர் என்பது.

இப்பண்பெல்லை விரிவால் இந்திய மாநில எல்லையி லுள்ள மற்ற மொழி நாடுகளும் இன்றைய அறிவற்ற வடதிசை ஏகாதிபத்தியத்தில் நலிவதுபோல, நலியாமல், சோழப் பேரரசின் ஆட்சியில் அடைந்த அதே புதுத் தேசிய ஆற்றல் பெற்று வளரும்.

இன்னொரு திசையில் கடல் கடந்த தமிழர் வாழ்வும் அவர்கள் வளமும் ஆப்பிரிக்க, தென்கிழக்காசிய, இலங்கைப் பகுதிகளும் சோழப் பேரரசாட்சியில் கண்டதுபோலவே மீண்டும் தென்திசை வளங்காணும்.

தமிழக - தென்னாட்டு இணைவுக் குறிக்கோள் இங்ஙனம் இணைவுக் குறிக்கோள் மட்டுமன்று; தேசியக் குறிக்கோள்; தேசியங் கடந்த கீழ்த்திசை மறுமலர்ச்சிக் குறிக்கோள் ஆகும்.

9. குடியாட்சி

கடமை என்ற சொல்லுக்குத் தமிழில் வரி என்ற பொருளும் உண்டு. ஒரு நாட்டில் குடியுரிமையாளன் ஆட்சியாளர்க்குச் செய்யவேண்டிய முக்கியமான கடமை வரியே என்பதை இது நினைவூட்டுகிறது.

வரி மட்டுமன்று.

ஆனால், ஆளப்படுபவன் கடமை, ஆளப்படுதல் என்ற சொல்லே மற்றொரு கடமையைக் குறித்துக் காட்டுகிறது. அவன் சட்டத்தை மதித்து, அதற்குக் கட்டுப்பட்டு நடக்க ஒத்துக் கொள்ளுதல் வேண்டும். கட்டுப் படத் தவறு பவர்களுக்குத் தண்டனை தரப்படுவதையும் அவன் ஒத்துக்கொள்வது இயல்பு.

இந்த இரண்டு கடமைகளுக்கும் நேரொப்பான உரிமையே குடியுரிமை என்ற சொல்லால் குறிக்கப்படுகிறது. பொதுவாக, கடமையை நினைக்கும் அளவுகூட, இந்த உரிமையைப்பற்றி ஆளப்படுபவர் நினைப்பதில்லை. காரணம் அவை தனி மனிதன் வாழ்வு தொடங்கு முன்னும் முடிந்த பின்னும் நடை பெறுவதே. ஆற்றில் ஓடும் நீரைப்போல, வெட்டவெளியில் நிலவும் காற்றைப் போல அவை நாகரிக உலகில் மனிதனுக்கு இயல்பாகிவிட்டன. ஆனால், ஆற்றில் நீர் வற்றினாலும் வெள்ளமாகப் பொங்கி எழுந்தாலும் நீர் பற்றிய கவலை எழுவது உறுதி. காற்று இனிய தென்றலானாலும் சூறாவளியானாலும் அதைப்பற்றிய எண்ணம் உண்டாகாமல் இராது. அதுபோல், ஆட்சி பொதுநிலை கடந்து மிக நல்ல ஆட்சியானாலும், பொது நிலையால் குறைபட்டு மிக மோசமான ஆட்சி யானாலும் குடியுரிமை பற்றிய பேச்சு கட்டாயமாக எழுந்துவிடும். அரசியல் குழப்ப நிலை ஏற்பட்ட காலத்தில் வாணிகம் தடைப்படும். தொழில்கள் கெடும். உழவு தட்டுக்கெடும். பொருள்கள் கிடைக்கா. விலை எட்டா

விலையாகும். பணமுடை, பொருள்முடை, உணவுமுடை உண்டாகும். ஆட்சிமீது மக்கள் கொதித்தெழுவர். புதிய நல்லாட்சி ஏற்படுத்த முந்துவர். அரசியல் மிகத் திறம்பட நடத்தப்பட்ட போதும் இதேபோன்று மாறுதல்கள் மக்கள் கண்களில் படாமல் இராது. பணம் பெருகும்; பொருள்கள் மலிவாகும்; கல்வி பெருகும். வாழ்வின் இன்பத்தால் கலைகள் பொங்கும்; அறிவு மலர்ச்சியுறும்.

குடியுரிமை என்பது மக்கள் நல்வாழ்வு என்பதை இது நமக்கு விளக்கிக் காட்டுகிறது. தனி மனிதர் நல்வாழ்வுக்குரிய விலையாகவே மக்கள் வரி கொடுக் கின்றனர்; சட்டத்துக்கும் கட்டுப்படுகின்றனர். ஆட்சி, நல்வாழ்வும் வாழ்வில் வளமும் உண்டுபண்ணினால், கடமை செய்தவர் மகிழ்வர். இன்னும் சிறிது மிகுதி வரி கொடுக்கவேண்டி வந்தால், அச்சமயம் அவர்கள் முணுமுணுக்க மாட்டார்கள். இன்னும் சட்டம்மூலம் சில கட்டுப்பாடுகள் கொண்டுவர வேண்டுமானால், அதையும் வெறுக்கமாட்டார்கள். உண்மையில் இக்கடமைகளை அவர்கள் தாமாகப் பெருக்க முந்துவார்கள். பங்கீட்டுக் களத்தில் மிகுதி ஆதாய வீதம் தரும் நிலையத்தில் எவர்தாம் மிகுதி பங்குபோட விரும்பமாட்டார்கள்! ஆட்சி என்பது உண்மையில் நல்வாழ்வு, வாழ்வுவளம் என்ற ஆதாயத்துக்காக அமைக்கப்பட்ட ஒரு பங்கீட்டு நிலையமே ஆகும்.

ஆனால், நல்வாழ்வும் வாழ்வின் வளமும் ஆட்சி மூலம் கிடைக்காவிட்டால், அல்வாழ்வும் அல்லலும் பெருகினால், ஆதாயத்துக்குப் பதில், இழப்பே தரும் நிலையத்திலிருந்த தம் பங்கை மீட்டுப் பெற்று, வேறு நிலையத்திலிட விரும்பும் பங்குதாரர்களைப் போல, மக்கள் அந்த ஆட்சியை மாற்றியோ, உடைத்தெறிந்தோ வேறு ஆட்சியை அமைக்க விரும்பாதிருக்க மாட்டார்கள்.

குடியுரிமை என்பது நல்வாழ்வும் வாழ்வின் வளமும் மட்டுமல்ல. ஆட்சியையும் ஆட்சிக்குட்பட்ட திட்டங்களையும் வேண்டும்போது ஆக்கும் ஆற்றலும்

வேண்டாதபோது அழிக்கும் ஆற்றலும் குடியுரிமையின் ஒரு பகுதி ஆகும் என்பதை இது காட்டுகிறது.

குடியாட்சிஎன்பது நல்லாட்சிக்குரிய இன்னொருபெயரன்று. நல்லாட்சியை அமைக்கும் உரிமையும், அல்லாட்சியை அழிக்கும் உரிமையும் மக்களிடமே இருத்தல் வேண்டும் என்பதே குடியாட்சியின் அடிப்படைக் கருத்துமாகும்.

‘பொன்னாட்சியானாலும் தன்னாட்சிக்கு நிகரன்று’ என்ற பழமொழி தமிழில் இது காரணமாகவே எழுந்தது.

அயலாட்சி தன்னாட்சியன்று. அது குடியாட்சியும் ஆகாது. ஏனென்றால், அஃது எவ்வளவு பொன்னாட்சியாய் இருந்தாலும் ஆளுபவர் ஆளப்படுகிற வர்களுள் ஒருவர் அல்லர். அவர்களால் ஒரு போர் இல்லாமல் நீக்கப்படத்தக்க வரும் அல்லர்.

அதே சமயம் தம் நாட்டவரே ஆள்பவர் ஆனாலும், அவ்வாட்சி தன்னாட்சியோ குடியாட்சியோ ஆகிவிடாது. ஏனெனில், மக்கள் விரும்பினால் ஆக்கவும், விரும்பாவிட்டால் அழித்து மாற்றவும் உரிமையுடைய ஆட்சியே குடியாட்சி ஆகும்.

'நான் ஆளப் பிறந்தவன், அதனால் ஆள்கிறேன்' என்று இறுமாப்போடு அரசர்கள் கூறிக்கொண்ட காலம் ஒன்று உண்டு. அங்ஙனம் அரசர்கள் மரபில் இங்கிலாந்திலே மன்னன் முதலாம் சார்லஸ் என்பவன் மக்களால் தூக்கிலிடப் பட்டான்.பிரான்சிலே மன்னன் லூயி மக்கள் முன்னிலையிலேயே சிரச்சேதம் செய்யப்பட்டான். உருசியாவிலே, பாரதியார் கூறுவது போன்று ‘ஜார் அரசன் கொடுங்கோலன் அலறி வீழ்ந்தான்’!

என் ஆற்றலால் ஆள்கிறேன் என்று கூறிய ஜூலியஸ் சீஸர், நெப்போலியன், ஹிட்லர் ஆகியோர் அதே ஆற்றலாலேயே வீழ்த்தப்பட்டனர்.

இன்றைய நாகரிக உலகில் எல்லா நாகரிக அரசாங்கங்களும் தம்மைக் குடியாட்சி அரசாங்கங்கள் என்று கூறிக்கொள்ளத் தான் விரும்புகின்றன. அயல் நாட்டு ஆதிக்க ஆட்சிகூடத் தன் ஆட்சிக்குக் குடியாட்சிச் சாயமிட்டு, குடி யாட்சிப் போர்வை போர்த்துக்கொள்ளவே விரும்புகின்றது. பிரிட்டன் ஆட்சியில் இந்தியாவில் இந்தியாவுக்கெனப் பாராளுமன்றங்கள், சட்ட மன்றங்கள், மாகாண உரிமையாட்சிகள், மந்திரிசபைகள் முதலிய வற்றைப் பிரிட்டன் அமைக்க முனைந்தது இதனாலேயாகும்.

தொடக்கத்தில், பிரிட்டிஷார், ‘எங்கள் ஆட்சி நல்லாட்சி. தந்தி, தபால், பாதை, இருப்புப்பாதை, அணைக்கட்டு கால்வாய் வகுத்து உங்களுக்கு நல்வாழ்வின் வரம் கொடுத்த ஆட்சி’ என்றுதான் தம் ஆட்சியைப் பற்றிப் பள்ளிப் புத்தகங்களில் பிரச்சாரம் செய்தனர். ஆனால் பின்னாள்களில் ‘சட்ட உரிமைகள் தந்தோம், பதவி உரிமைகள் தந்தோம், உங்களவரே உங்களை ஆளும்படி செய்தோம்,’ என்று பாணியை மாற்றினர். ஆனால், இந்தியரே இந்திய ஆட்சியை ஆக்குவதற்கு, அழிப்பதற்கு உரிய அரசியல் விடுதலை அளித்தபின்பே உலகில் அவர்கள் குடியாட்சி மரபுக்குப் பெருமை ஏற்படும் என்ற நிலை கண்டனர். ஆயினும், அயலாட்சி ஆள்பவர்க்கு இனிப்பானதே என்பதை அவர்கள் சிங்கப்பூரிலும் மலாயாவிலும் எகிப்திலும் காட்டியே வந்துள்ளார்கள்.

எகிப்தில் பிரிட்டன் சூயஸைக் குடியாட்சி முறைப்படி எகிப்துக்கு விட்டு விட ஒருப்படவில்லை. கிழட்டு ஏகாதிபத்தியம் ஆனாலும் பல்லில் அகப்பட்டதை, வேறு வழியில்லாத நிலை வரும்வரை, விட்டுக் கொடுக்க மனம் வருவதில்லை!

இந்து சீனாவில், இந்தோனேஷியாவில். பிரஞ்சு, டச்சு அரசியல்களும், கோவாவில் போர்ச்சுக்கீசு அரசியலும்; ஆப்பிரிக்காவில் பெல்ஜியம் முதலிய மற்ற ஐரோப்பிய அரசுகளும் இன்னும் தங்கள் ஏகாதிபத்தியப் பிடியைக்

கூடியமட்டும் சாதித்துக் கொள்ளவே விரும்புகின்றன. ஐக்கிய நாடுகள் அமைப்புக்கூட, இந்த ஏகாதிபத்தியப் பிடிகளைக் கண்டும் காணாததுபோலவே இருக்க நேர்கிறது - அதன் தலைமை உறுப்பினர்களே ஏகாதிபத்திய வாதிகளாக இருப்பதால்!

பல் பிடுங்கப்பெற்று வரும் மேலை ஏகாதிபத்தியங்களின் அருகே, வளர்ந்துவரும் மக்கள் வல்லரசுகளான அமெரிக்கா, இரஷ்யா, சீனா ஆகியவற்றுடன் போட்டியிட்டுக்கொண்டு, தனக்கென ஒரு புதுவகை ஏகாதி பத்தியத்தைத் தில்லித் தெய்வங்கள் கனவில் கண்டு விரைந்து நனவில் பின்னி வருகின்றன. புலி ஏகாதிபத்தியங்கள் பூனை ஏகாதிபத்தியங்களான பின்பு, இங்கே ஒரு பூச்சி ஏகாதிபத்தியம், சிலந்தி ஏகாதிபத்தியம் காணமுயன்று வருகிறது. புலிகள் கோரப் பற்களைக் காட்டின. ஆனால், இந்தியாவிலோ மாயவலை விரித்து அது பூச்சிகள் வரும்வரை பதுங்கியிருந்து பின் சீறிப் பரபரவென்று சுற்றுகிறது. இதன் கோர உருவைக் கண்ட மகாராஷ்டிரத் தலைவர்கள் அதன் இயல்பைப் படம் பிடித்து நமக்குக் காட்டியுள்ளனர். அதில் இனம், தேசிய இனம் ஆகியவற்றின் பண்பு காணாததனால், அவர்கள் அதை 'உள் நாட்டு ஏகாதிபத்தியம்' என்று குறித்தார்கள்!.

குடியாட்சியில் உரிமைகள் கீழிருந்து மேலே செல்லும். தேசிய ஆட்சியில் உரிமை, மக்கள் ஆர்வத்திலிருந்து தோன்றி ஆட்சியின் விருப்பமாகவும் கடமையாகவும் உரிமையாகவும் மிளிரும். இவ்விரண்டு பண்பும் உள்ள கூட்டாட்சியில் மக்கள் உரிமையிலிருந்து தனியரசு உரிமைகளும், தனியரசு உரிமை களிலிருந்து கூட்டரசு அல்லது மய்ய அரசு உரிமைகளும் பிறக்கும். ஆனால், இந்திய ஏகாதிபத்தியம் கண்டுபிடித்த முறை இதற்கு நேர் தலைகீழானது. மய்ய ஆட்சி ஏகாதிபத்திய ஆட்சியாய், அது வகுத்த உரிமையால், அதன் அடிமையாய்த் தனியரசுகள் செயலாற்றுகின்றன.

குடியாட்சியில் அடிப்படை அரசியற் சட்டத்தை ஆக்கும் உரிமை மட்டுமன்றி, அழிக்கும் உரிமையும், மாற்றியமைக்கும் உரிமையும் மக்களுக்கு உண்டு. கூட்டுக் குடியாட்சியில் இந்த உரிமை மக்களுக்கு முதலிலும், தனியரசுகளுக்கு அதன் பின்னும், இறுதியிலேயே மய்ய அரசுக்கும் இருத்தல் வேண்டும். ஆனால், இந்தியக் கூட்டாட்சியில் அரசியல் சட்டம் அடிமையாட்சிக் காலத்தில் அமைந்தது. அஃது அமைப்பதற்கென்று தேர்தல்கூட நடத்தப்படவில்லை. மக்கள் விருப்பப்படி இஃது அமையவில்லை. அத்துடன் அதனை ஏற்கும் உரிமையும், மறுக்கும் உரிமையும், மாற்றியமைக்கும் உரிமையும் மக்களுக்கோ, தனியரசுகளுக்கோ தரப்படவில்லை.

இது சிறப்பாகத் தமிழகத்துக்கும் பொதுவாகத் தென்னாட்டுக்கும் அநீதியாகும். ஏனென்றால், தமிழகம் உட்பட்டதென்னாடுமொழி வேறுபாடும்,அதனிலும்அடிப்படைப் பண்பான இன வேறுபாடும் உடையது. தென்னாடும் தமிழகமும் அமையாமலே இயற்றப்பட்ட சட்டம் தென்னாட்டின் தனி மதிப்பையும் உரிமையையும் அவமதிப்பதாகும்.

தேசியக் கூட்டுக் குடியாட்சியில் எல்லா மொழிகளுக்கும் இனங்களுக்கும் சம உரிமையும், சிறுபான்மை இனங்களுக்குச் சலுகையும் பாதுகாப்பும் அளிக்கப் படும். இந்தியக் கூட்டுறவில் பெரும்பாலும் சிறுபான்மை இனமாயிருந்த இசுலாமியப் பகுதி, இந்த உரிமைகள் தில்லி ஏகாதிபத்தியத்திடம் கிடைக்காது என்பதைக் காங்கிரசின் போக்கிலிருந்து அறிந்ததனாலேயே பிரிவினை முழக்கம் செய்து பிரிவுற்றது. தென்னாட்டிலும் காங்கிரசுவாதிகள் இந்தக் குடியாட்சித் தத்துவத்தை வலியுறுத்தி, அது கிடைக்காவிட்டால் பிரிவினைக்கு உழைத்திருத்தல் வேண்டும். அவர்கள் அடிமைத்தனமும் பதவியார்வமுமே இதற்குத் தடையாய் இருந்துவந்துள்ளன, வருகின்றன. இனப் பிரச்சினையே இல்லாத மராட்டியரும் பஞ்சாபியரும் வங்காளிகளும் கூடத் தென்னாட்டு அகில இந்தியக்

கட்சியினரளவு மக்கட்பற்று, தேசியப்பற்று அற்றவர்களாயிருக்க முடியவில்லை என்பதை வட இந்தியச் சூழ்நிலை காட்டுகிறது. மராட்டியப் பகுதியான பம்பாய் மராட்டிய நாட்டில் சேர்க்கப்படவில்லை என்றவுடனே பதவியைத் துறந்த பம்பாய் முதல்வரின் தேசிய வீரம் எங்கே? பதவிக்காகத் தேவிகுளம், பீர்மேட்டை விட்டுக்கொடுத்துத் தமிழரிடம் வீம்பு பேசும் பச்சைத் தமிழனெங்கே?

குடியாட்சியில் கட்சிகள் இருக்குமிடத்தில் மக்கள் உரிமை எதிர்க்கட்சி உரிமையேயாகும். ஆனாலும், கட்சி எப்போதும் தன் குற்றங்களை, குறைபாடுகளை உணர முடியாது. மக்கள் அவற்றில் கருத்துச் செலுத்தித் தம் சிந்தனையுரிமை, வாதிடும்உரிமை, பேச்சுரிமை, கண்டனஉரிமை ஆகியவற்றைச் செயலாற்றவும் ஆட்சி மாற்றவும் வாய்ப்பளிப்பது எதிர்க்கட்சி அல்லது எதிர்க் கட்சிகளே. எதிர்க்கட்சியின் குற்றச்சாட்டுகளுக்கு ஆளும்கட்சி விளக்கம் தரலாமே தவிர, தண்டிக்கக் கூடாது. ஆனால், பிரிட்டிஷ் ஆட்சியில் காங்கிரசு எப்படி நடத்தப்பட்டதோ, அதைவிட மோசமாக எதிர்க்கட்சிகள் காங்கிரசு ஆட்சி யினரால் நடத்தப்படுகின்றன.எதிர்க்கட்சிகள் மட்டுமல்ல, காங்கிரசிலிருந்து பிரிந்து சென்ற கட்சியினர், காங்கிரசுக்குள்ளேயே கருத்து வேற்றுமை யுடையவர், தத்தம் தேசியச் சார்பாகப் பேசும் நல்ல காங்கிரசுவாதிகள் ஆகியவருக்கும் வாய்ப் பூட்டு, கைப்பூட்டுகள் தரப்படுகின்றன. உண்மையில் காங்கிரசு ஆட்சி என்பது மய்யத்திலும், மாகாணத் தனியரசுகளிலும், ஒரு சில தன்னலக் காரர் - தங்கள் குடும்ப நலனுக்காக எதிர்க்கட்சிகள் ஆட்சியை அணுக ஒட்டாமல் தடுத்து ஆளும் கொடுங்கோலர் ஆட்சியாகவே இருக்கிறது. அது மட்டுமன்று, பொது மக்கள் உரிமைகளைச் சுரண்டும் முதலாளிகள் ஆட்சியாகவும், முதலாளிகளுக் குள்ளே ஒரு சில பெரு முதலாளிகளை ஆதரித்து மற்றவர்கள் நலன்களை நசுக்கி, அப்பெரு முதலாளிகளுடன் பேரம் செய்து ஆட்சியுரிமையை அவர் களுக்குத் தந்து அவர்கள் ஆதாயத்தில் ஊதியப் பங்கு

(கமிஷன்) பெறும் கூலி ஆட்சியாகவும், கள்ள வாணிகம், கொள்ளை ஆதாயம் ஆசி ஆகியவற்றைச் சட்டத்தின் உதவிகொண்டே மறைமுகமாக ஆதரித்து ஆளும் ஆட்சியாகவும் இருக்கிறது. தமிழகத் தென்கோடியிலுள்ள நகரங்களில் வெற்றிலை பாக்குக் கடையின் தொழிலுரிமை (permit license) களையும், மக்கள் உரிமைகளையும், நாட்டு உரிமைகளையும் வடநாட்டு ஆட்சியாளரிடமிருந்து ஒருங்கே சூறையாடுகின்றனர்.

பிரிட்டனிடமிருந்து பெற்ற விடுதலை காங்கிரசுக்கு மட்டும் விடுதலை என்ற எண்ணத்தில் காங்கிரசுக்காரர் தாங்களே சாசுவதமாக ஆள எண்ணி, ஆளும் வாய்ப்பு முழுவதையும் தேர்தலில் எப்படியாவது எதிர்க்கட்சியை வரவிடாமல் செய்யவே பயன்படுத்துகின்றனர். காங்கிரசு தேர்தல் பிரச்சாரத் துக்காகவே தேசியத் திட்டங்கள் பயன்படுத்தப்படுகின்றன. தேர்தல் அதிகாரிகள் நடுநிலைமை, போலீஸ் நடுநிலைமை, நீதிபதிகள் நடுநிலைமை ஆகிய எதுவும் பேணப்படுவதில்லை. பிரிட்டன் ஆட்சியில் மக்களிடையே இருந்த அடிமைப்பண்பு மேன்மேலும் நீரூற்றி வளர்க்கப்படுகிறது. கைக்கூலியை ஒழிக்கப்போகிறோம் என்று கூறிக்கொண்டே, அப்பயிர் களையாக, காடாக வளர்க்கப் பெறுகின்றது. இதனை எடுத்துக் காட்டுபவர்களுக்குப் பாதுகாப்புக் கிடையாது. அதிகாரிகள் அவர்களைப் பழி வாங்குகின்றனர். காங்கிரசிலேயே நல்லெண்ணமுடையவர் களுக்கு-விடுதலைப் போராட்டத் தழும்புடையவர்களுக்கு, ஆட்சியில் எத்தகைய இடமும் கிடையாது. சன்னியாசிகளுக்கு மக்கள் மதிப்புக் கொடுப்பதறிந்த திருடர்கள், சன்னியாசிப் பண்புடையவரை ஒழித்து அவ்வுடையில் காட்சி தருவது போல, ஆளும் உரிமை காங்கிரசுக்கு என்று அறிந்தவுடன், தேசப் பற்றுடையவரை எல்லாம் காங்கிரசிலிருந்து துரத்தி, பதவிவேட்டைக் கும்பல்கள், முதலாளித்துவத்திலும் அநீதி முதலாளித்துவம் மேற்கொண்ட படுசுரண்டல்காரர்கள் அப்போர்வையில் புகுந்து நாட்டாட்சியைக் காட்டாட்சியாக்கி வருகின்றனர்.

இந்நிலையில் தமிழன், தென்னாட்டினர் என்ற தேசிய உரிமைகள் மட்டுமல்ல பறிபோவது. மனிதன், இந்தியன், ஆசியாக்காரன் என்ற உரிமைக்கும் வரவர ஆபத்துப் பெருகிக் கொண்டுதான் வருகிறது. இவற்றை எதிர்க்கட்சிக்காரர்கள் மட்டுமன்றிப் பழம்பெரும் காங்கிரசுத் தலைவர்களே- வயிறும் தன்னலமும் வேலை செய்வதில் சிறிது ஓய்வு பெற்று இதயமும் மூளையும் விழிப்புடன் வேலை செய்யும் நேரத்தில், பண்டித ஜவஹர்லால்கூட எடுத்துக் கூறுவதுண்டு.ஆனால், இவற்றுக்கான அடிப்படைக் காரணம் ஒன்றே ஒன்றுதான் - இதற்கு மாற்றும் ஒன்றே ஒன்றுதான்- அதில் எவரும், ஜவஹர்லால் கூடக் கருத்துச் செலுத்துவதில்லை.

பொன்னாட்சியினும் தன்னாட்சிக்கு நிகரன்று என்று குடியாட்சி நீதியை ஒத்த மற்றொரு நீதியுண்டு. எவ்வளவு நல்லாட்சியாயினும் ஒரே கட்சியாட்சி தன்னாட்சியுமாகாது, நல்லாட்சிகூட ஆகாது என்பதே அது. காங்கிரசு ஆட்சி இப்போதுபோல் கூலியாட்சியாக இல்லாமல் நல்லாட்சியாய் இருந்தால்கூட, அவ்வப்போது எதிர்க்கட்சிகள் ஆண்டாலன்றிக் குடியாட்சிப் பண்பு தென் னாட்டிலும் நிலவாது, வடநாட்டிலும் நிலவாது; ஏனெனில், குடியாட்சிப் பண்பு ஓடுகிற நீர் போன்றது. நீர் எவ்வளவு நல்ல நீரானாலும் கட்டிக்கிடந்தால் மாசடைந்து கெட்டேதீரும். ஆளும் கட்சியின் மாற்றமே குடியாட்சியில் குடி யுரிமைக்குரிய ஒரே எடுத்துக்காட்டு, குடியாட்சிக்குரிய ஒரே பாதுகாப்பு. இதை உணர்ந்தே காந்தியடிகள் ஒரே மாற்று வழியைச் சுட்டிக் காட்டினார். 'காங்கிரசு இப்போது ஆளும் விருப்பம் தவிர, வேறு அரசியல் நோக்கமோ குறிக்கோளோ அற்றது; அதைக் கலைத்துவிடுங்கள். கொள்கை உடையவர் அக்கொள்கை யடிப்படையாக மக்கள் ஆதரவு பெற்றுப் புதுத் தேசியக் கட்சிகள் அமைத்துக் குடியாட்சிப் பண்புப்படி ஆளட்டும் என்றார் காந்தியடிகள்! காந்தியடிகள் பெயரைத் தங்கள் வாணிகத்துக்கு முதலாகவும், வாணிக மதிப்புக் குறியீடு (டிரேட் மார்க்) ஆகவும் பயன்படுத்த விரும்பிய காங்கிரசு

முதலாளிகள் காந்தியடிகளின் நல்லுரை வகையில் கேளாக் காதினர் ஆயினர்.

தமிழா, உன் தேசியப்பற்று, இனப்பற்று மட்டுமன்றி, குடியாட்சிப் பற்றும் தேர்தல்களின்போது செயலாற்றுதல் வேண்டும். தென்னாட்டில் மட்டுமன்றி இந்தியாவிலேயே குடியாட்சிப் பண்பு நிலவவேண்டுமானால், ஆட்சிக்காகவும், ஆட்சி ஆதாயத்துக்காகவுமே அமைந்த காங்கிரசு கட்சி யினிடமாக,கொள்கைக்காகப் பாடுபடும் பிற கட்சிகள் மாறிமாறி வந்தாதல் வேண்டும்.

ஆகவே, சிந்தித்துச் செயலாற்று. உன் உரிமை வாழ்வை வளப்படுத்தும் வகையில் உன் சீட்டைப் பயன்படுத்துவாயாக.

10. பொருளியல் வாழ்வு

தன்னலத்தை அறவோர் இழித்துப் பேசுவதையும் பொது நலத்தை உயர்த்திப் பேசுவதையும் கேட்டிருக்கிறோம். ஆனால், உண்மையில் பொதுநலமும் தன்னலமும் வேறு வேறு பண்புகளல்ல ஒரே பண்பின் இரு கூறுகள்தாம். நாகரிக சமுதாயத்தில் இரண்டும் ஒன்றை ஒன்று பிணைக்கும் இரு திசைப்பட்ட ஒரே பண்பாகும். தனி மனிதனின் பண்பார்ந்த தன்னலமே இனத்தின் பொது நலத்தைப் பேணுகிறது. இனத்தின் பண்பார்ந்த பொதுநலமே தனி மனிதனின் தன்னலத்தையும் பேணிவிடுகிறது.

பண்பார்ந்த தன்னலம் என்பது என்ன?

பொதுவாகத் தன்னலம் என்பது ஒருவன் 'நான் வாழ்தல் வேண்டும்' என்று கருதுவதே.

இதனைச் சிலர் 'நானே வாழ்தல் வேண்டும்' என்று மாற்றிக்கொள்வர். இதுவே இழிந்த தன்னலம். இதன்படிகள் 'வேறொருவரும் வாழக் கூடாது' என்ற காட்சிப்படி, 'பிறன் வாழ்க்கையைக் கெடுத்தாவது நான் வாழ்தல் வேண்டும்' என்ற தன்முனைப்புப் படி, 'பிறர் வாழ்வு கடந்து நான் வாழ்தல் வேண்டும்' என்ற ஆதிக்கப்படி முதலியன. 'பிறர் கூழ்க்கு அலைந்து மாண்டாலும் மாளட்டும், நான் பால் பருகுதல் வேண்டும்' என்பது இம்மரபினரது குறிக்கோள்.

வேறு சிலர் 'நானும் வாழ்தல் வேண்டும்' எனத் தன்னலக் கூற்றை மாற்றிக்கொள்வர். 'என்ன செய்தாவது நானும் வாழ்பவரைப் போல வாழ்தல் வேண்டும்' என்பது ஆதிக்கவாதியை அண்டிப் பிழைப்பவன் படி, அடிமைப் படி. 'பிறரும் வாழ்தல் வேண்டும், நானும் வாழ்தல் வேண்டும்' என்பது குடியுரிமையாளன் படி. 'வாழு, வாழவிடு' என்ற மேனாட்டினர் குறிக்கோள் இதுவே! "பிறர் வாழ, நான்

வாழ்தல் வேண்டும்; நான்வாழப் பிறர் வாழ்தல் வேண்டும்' என்பதே, இனம் சார்ந்த, தேசியம் சார்ந்த குடியாட்சிப் படிக்குரிய பண்பு.

பண்பார்ந்த தன்னலப்படி பொதுநலத்தில் குறைந்ததன்று. உண்மையில் அதனினும் உயர்ந்தது. ஏனெனில், அதுவே பண்பார்ந்த பொதுநலப்படியும் ஆகும். பொதுநலத்துக்காகப் பாடுபடும் உத்தமருள் சிலர் தம் வாழ்வைக் கவனிக்காது விட்டுவிடுவதுண்டு. இஃது உயர்ந்த அரிய பண்பு என்பதில் ஐயமில்லை. ஆனால், கொள்கையளவிலேயே இஃது உயர்ந்தது. செயலில் அவ்வளவு வளம் தருவதன்று. இனமும் உயர்ந்த பண்பார்ந்த இனமாயிருக்கும் இடத்தில் மட்டுமே இது பயன்தரும். தமிழினம் இத்தகைய உயர்ந்த பண்பார்ந்த இனமாய் முன்னாளில் வாழ்ந்தது. தன்னலம் கெடுத்துப் பொதுநலம் பேணிய உத்தமர் இருந்தனர். இவர்கள் தாம் கெட்டும் இனம் வளர்த்தனர். ஆனால், அறிவார்ந்த தமிழினம் அவர்கள் தனி நலம் கெடாமல் பார்த்துவந்தது. திருவள்ளுவர் இத்தகையவர் களையே ஒழுக்கத்து நீத்தார் என்று குறிப்பிட்டார். பின்னாள் களில் தமிழினம் பண்புகெட்ட பின்னும் இந்த 'ஒழுக்கத்து நீத்தார்' மரபு அழியவில்லை. அவர்கள் இன்னும் தமிழினத் துக்காக உழைத்தே வருகின்றனர். ஆனால், அவர்களைக் கண்டுணரும் ஆற்றலற்று, அவர்களைப் பேணும் கடமையும் அற்ற தமிழினம் அவர்கள் உழைப்பாலேயே அழியாமலும், அதே சமயம் அவர்களைப் பேணாததாலேயே தழைக்காமலும் தட்டுக்கெட்டும் நிற்கிறது. அது மட்டுமன்று. உண்மைத் தேசியவாதிக்குரிய மதிப்பை அவ்வேடமிட்ட போலித் தேசியவாதி இன்று கொள்வதுபோல, ஒழுக்கத்து நீத்தார்க்கு முற்காலத் தமிழன் காட்டிய மதிப்பையும் சலுகையையும் அத்தோற்றமுடைய போலிகளுக்குத் தமிழன் தந்து இன்று தன் இனத்தை அழித்துவருகிறான்.

இன வாழ்வில் தனி மனிதன் தன்னலத்தோடு பொதுநலம் பேணினால்தான், இனம் வாழ்வும் வளமும் எய்தும். அதுபோல இனம் கடந்த வாழ்வில் இன்னலுடன் இனம்

கடந்த நலனும் பேணினால்தான், இனமும் வாழும், இனம் கடந்த பேரினமும் வாழும். இன்றைய தமிழன் வாழ்வில், தமிழ் இனம் தன் வாழ்வு வாழாமல் தமிழ்க்குழு மொழி இனம் அல்லது திராவிட இனவாழ்வும் வாழாமல், இந்தியா என்ற போலி இனக் கொள்கையிலே ஈடுபட்டு வாழ்கிறது. இனம் இன்று அவனைப் பேண முடியாது. ஏனென்றால், இனமும் பேரினமும் கடந்த ஓர் இனக் கும்பலிலேயே அவன் வாழ்கிறான். பண்பார்ந்த தன்னலம், படிப்படியாக விரிந்து செல்கிற தன்னலம் ஒன்றே அவனை இன்று காக்கக்கூடும். தமிழன் இன்று தனிநல அடிமையாக, தன் இன எதிரியாக, பிற இனங்களுக்கே தலைவணங்கி வாழ்வதன் காரணம் இதுவே.

தமிழன் சமய, சமுதாய வாழ்விலும், பொருளியல் வாழ்விலும் நாம் இன்றும் தன்னலத்தைக் காணலாம். ஆனால், பண்பார்ந்த தன்னலத்தைக் காணமுடியாது. பண்பார்ந்த பொதுநலத்தைக் காணமுடியாது. தன்னலத்தைக் காணலாம். பொதுநலத்தையும் காணலாம். ஆனால், இந்தப் பொதுநலமே அவன் இனத்தை அழிக்கிறது. ஏனெனில், அது பண்பார்ந்த பொதுநலம் அன்று.

இவையெல்லாம் மாற வேண்டுமானால் தமிழன் அரசியல் இன அரசியலாக மாற்றியமைக்கப்படுதல் வேண்டும்.

இன்று தமிழன் கொடுக்கும் வரிகளில் உயிர்ப் பகுதியும் பெரும் பகுதியும் நேரே மய்ய ஆட்சியான தில்லிக்குச் சென்றுவிடுகிறது. வாழ்வை அருகே இருந்து கவனிக்கும் சென்னை அரசியலுக்கு அதில் மிகச் சிறு பகுதியே கிடைக்கிறது. தமிழன் ஆற்றும் அரசியல் கடமையின் பெரும் பகுதி வட திசைக்கு அவன் ஆற்றும் கடமையாகப் பயனற்றுத் தொலைந்து போகிறது. ஆனால், அவன் உரிமைகள், கடமைக்குப் பதிலாக அவன் நல்வாழ்வுக்கு வேண்டிய பொறுப்புகள், செலவுகள் ஆகியவற்றைத் தில்லி ஏற்றுக்கொள்ளவில்லை, சென்னைக்கு ஒதுக்கிவிடுகிறது. இங்ஙனம் அரசியலமைப்பில் தமிழன் மூலமான வருவாயெல்லாம் தில்லிக்கு-அவனுக்குரிய செலவெல்லாம் சென்னை ஆற்றுதல் வேண்டும். இக்காரணத்தாலேயே

தமிழகத்தில் உழவுக்கு வேண்டிய வசதிகள் செய்யப்பட முடியவில்லை. கல்விக்கு வேண்டிய வசதிகளும் செய்யப்படாமல் இருக்கிறது.அத்துடன் வடதிசையிலிருந்து வந்து வாணிகத்தையும் தொழிலையும் நாட்டு மக்களிடமிருந்து கைப்பற்றும் சுரண்டல் வகுப்பினரை உரிமையற்ற சென்னை அரசியல் கட்டுப்படுத்தவும் முடியவில்லை. தென்னாட்டுத் தொழில்களை ஊக்கவும் முடியவில்லை.

சென்னை ஆட்சியும் தில்லியாட்சியைப்போலக் காங்கிரசு ஆட்சியாய் இருக்கும்வரை, வடநாட்டுக் காங்கிரசு தலைவர்களே சென்னைக் காங்கிரசுக்கும் எஜமானர்களாதலால், இனப் பற்றற்றவர்களையே, பதவிக்காகத் தம்மைத் தொங்கிக் கொண்டிருப்பவர்களையே சட்டசபை உறுப்பினர்களாக, காங்கிரசுத் தலைவர்களாக, மந்திரிகளாக நிறுத்த முடிகிறது. இதன் பயனாகத் தென்னாட்டுச் சுரண்டலுக்குத் தென்னாட்டு அரசியலும் உடந்தையாய் இருந்து வருகிறது.

மக்களுள் 100க்கு 85 பேர் படியாதவர்களாக இருக்கிறார்கள். அவர்களுக்கு அடிப்படைக் கல்வி தர, அதற்குச் செலவு செய்ய நாதியில்லை. ஆனால், கதர்க்கென்று காந்தியார் புகழை அழித்து அவர் பெயர்க்கு மட்டும் மதிப்புத் தரும் வீண் எண்ணத்தில் கோடிக்கணக்கில் ஆண்டுதோறும் மானியம் தரப்படுகிறது. கைத்தறித் தொழிலாளர்களுக்கு இயல்பாக இருந்துவந்த தென் கிழக்காசிய வாணிகக் களத்தை- ஆலைகளின் போட்டியாலும் மேனாட்டுப் போட்டியாலும் வெல்ல முடியாதிருந்த வாணிக வளத்தை -ஆட்சி தம் கையிலிருக்கும் காரணமாக வடவர் கைப்பற்றி, தென்னாட்டுக்குப் பஞ்சு வாங்கிக் கொடுப்பதிலும் நூல் வாங்கிக் கொடுப்பதிலும், தென்னாட்டுப் பஞ்சையும் நூலையும் ஆடையையும் வாங்கி வெளிநாட்டுக்குக் கொடுப்பதிலும் தாமே தரகராயிருந்து, இருதிசையிலும் குறைந்த விலைக்கு வாங்கி, கூடிய விலைக்கு விற்றுத் தாம் தரகு சம்பாதிப்பதுடன் தென்னாட்டுத் தொழில்களையும்

அழித்து வருகின்றனர். ஆனால், இவற்றைக் கெடுப்பதற்கன்றி வளர்க்கப் பணமில்லாத சென்னைக் காங்கிரசு அரசியல் வடநாட்டு அகதிகளுக்கு மட்டும் இராசோபசாரம் செய்ய முடிகிறது.

ஐந்தாண்டுத் திட்டங்களின் பெயரால் வெளிநாடுகளி லிருந்து கோடி, நூறு கோடி, ஆயிரக் கோடிக்கணக்கான பணம் கடன் வாங்கப்படுகிறது. ஒன்றிரண்டு இலட்சங்களைத் தென்னாட்டுக்குச் செலவிட்டுவிட்டு, மிகுதியை வடநாட்டுத் தொழில்களைப் பேரளவில் வளர்த்து அதைக் குபேர நாடாக்கு வதிலேயே செலவழிக்கின்றனர். இவ்வகையில் தென்னாட்டு மக்களை மட்டுமன்றி, தென்னாட்டுக் காங்கிரசுக்காரரையும் மந்திரி, முதன் மந்திரிகளையும் வடநாட்டார் மமதையுடன் அவமதிப்பாக நடத்தத் தயங்கவில்லை. தென்னாட்டவர் மானமும் வாழ்வும் காக்கப்போகும் மக்கள், சிம்மக் குட்டிகளாக வளர்ந்து வருகின்றனர் என்பதைப் பலர் இன்னும் அறியவில்லை. அதனால் தம் அடிமைகள்தாமே என்று நினைத்து இங்குள்ள காங்கிரசுக்காரரையும் காங்கிரஸ் தலைவர்களையும் அவம திப்பாக நடத்துகிறார்கள். இவ்வகையில் அவர்களுக்குத் தெம்பு தரும் வகையில் தென்னாட்டுக் காங்கிரசுக்கே விபீஷணர்களாக டி.டி.கிருஷ்ணமாச்சாரி, ஒ.வி.அளகேசன் முதலியவர்கள் வடநாட்டுக்காக விளம்பரம் செய்கின்றனர்.

உலக வாணிகத்திலே இந்தியாவுக்குப் பெருத்த ஆதாயம் தரும் மிளகு, ரப்பர், மானோசைட், அப்பிரகம், தேயிலை ஆகிய பொருள்கள் தென்னாட்டுக்கே உரியவை. ஆனால், அவற்றின் ஆதாயமும் நலனும் வடநாட்டுக்குச் சொந்தமாய் வருகின்றன. இவற்றை மறைத்து அடிமைப்படுத்தி வளர்க்கும் முறையில் பள்ளி, கல்லூரிகளில் பாடத்திட்டம் அமைக்கப்படுகிறது.

அவற்றில் காட்டப்படும் தென்னாடு வளமில்லாத நாடு என்று பள்ளியிலேயே பொய்ப் பிரச்சாரம் செய்யப்படுகிறது.

தென்னாட்டுக் கடற்கரை, ஆங்கிலேயர் வரும்வரை, உலக வாணிகத்துக்கு மய்ய இடமாகவும், உலகத் தொழிற் பொருள்கள் உற்பத்தியாகி ஏற்றுமதியாகும் இடமாகவும் இருந்தது. சேரரும் பாண்டியரும் சோழரும் ஆந்திரரும் பெருங் கடற்படைகளை வைத்திருந்தனர். கடல் வாணிகத்தில் மேல் நாடுகளுடனும் கலம் செலுத்தித் தொடர்பு கொண்டிருந்தனர்.ஆனால், தென்னாட்டின் கடைசிப் பேரரசான விஜயநகரப் பேரரசுக்கும் வடநாட்டிலுள்ள எல்லா அரசு, பேரரசு களுக்கும் கடற் படையும் கிடையாது, கடல் வாணிக வளமும் கிடையாது. அயலார் கீழ்த்திசையை வென்றதற்கே இவ்வட நாட்டுப் பேரரசுகள்தாம் காரணம்.

இது மட்டுமன்று. காங்கிரசு இயக்கத்திலேயே கடலக வாழ்வின் முக்கியத்துவம் அறிந்த பெருந்தலைவர் வ.உ.சிதம்பரனார் ஒருவரே. அவர் மாபெருந் தொழிற் போராட்டமே சமதர்ம, பொதுவுடைமைக் கட்சிகள் தோன்றக் காரணமாய் இருந்தது. ஆனால், அக்கட்சிகளும் சரி, காங்கிரசும் சரி அவர் பெயரே சொல்வதில்லை. அவர் கப்பல் போராட்டத்தைக் காங்கிரசு மறந்ததுடன் நிற்கவில்லை; மறக்கடிக்க அரும்பாடுபட்டது. அவர் உலகு நீத்த ஆண்டில் காங்கிரசு அவர்க்கு அனுதாபத் தீர்மானம்கூடச் செய்யவில்லை. அது மட்டுமன்று. முதல் முதல் கப்பலோட்டியவன் என்ற அரும்பெருமையைக்கூட, அவர்க்குப் பத்தாண்டுகளுக்குப்பின் வாணிகக் கப்பல் கம்பெனி அமைத்த ஒரு குஜராத்திக்குத் தந்து அவனே முதற் கப்பல் ஓட்டியவன் என்று காங்கிரசு மாநாட்டில் பாராட்டப்பெற்றான். இது வ.உ.சிதம்பரனார் புகழையும் தென்னாட்டினரையும் அவமதிப்பதாயினும், தென்னாட்டுக் காங்கிரசு உறுப்பினர் இதைப் பார்த்துக் கொண்டுதான் வாளா இருந்தார்கள். ஒருவர்கூட மறுக்க முற்படவில்லை.

தென்னாட்டவர் கடல் வரலாற்றுக்குச் சான்றாக இன்றும் பம்பாயின் ஒரு பகுதி ‘மலபார்க் குன்று’ என்ற பெயருடன் இயங்குகிறது.சேரர் ஆண்ட காலத்தில் கடற்கொள்ளைக்காரரை அவர்கள் கடற்போரிட்டு

வென்றடக்கிய செய்திகள் சங்க இலக்கியத்தில் பதிற்றுப்பத்தில் வருணிக்கப் பட்டுள்ளன. ஆனால், சேரர் ஆட்சிக்குப் பின்னர், கடற்கொள்ளைக்காரர்கள் மேல்கடற்கரை யெங்கும் பரந்தனர். இவர்களுள் பெரும்பாலார் தென்னாட்டு மலையாளிகளாய் இருந்தனர். அவர்கள் பம்பாயிலுள்ள அக்குன்றத்தை மூலதளமாக்கி, பிரிட்டிஷ் ஆட்சிவரை அதைக் கைக்கொண்டிருந்ததால் 'மலபார்க் குன்று' என்று ஆங்கிலேயர் அதற்குப் பெயர் கொடுத்தனர்.

விடுதலை இந்தியா புதிதாகக் கப்பல்கள் அமைத்தபோது, கங்கா, சிந்து, தில்லி என்று கடலக மரபற்ற தம் இடங்களைத்தாம் பெருமைப்படுத்தினர். ஜலஉஷா போன்ற வடவர் இலக்கிய மரபும் குறித்தனர். ஆனால் கடற்படையுடைய கடலரசர்களான சேர சோழ பாண்டியர் பெயரோ, கிரேக்கரும் மேனாட்டினரும் புகழ்ந்த உலக வாணிகத் துறைமுகங்களான புகார், முசிறி, தொண்டி ஆகியவற்றின் பெயர்களோ, கடல்கடந்து கலஞ் செலுத்திக் கடற் பேரரசாண்ட பாண்டியன் நெடியோன் பெயரோ, சோழன் இராசேந்திரன் பெயரோ, நம் காலத்தி லேயே கப்பலோட்டிய வ.உ.சிதம்பரனார் பெயரோ, தென்னாட்டு வரலாற்றுப் புகழ், இலக்கியப் புகழ் சான்ற ஆறுகளின் பெயரோ, மலைகளின் பெயரோ இந்திய மாநிலத்தில் பிரிட்டிஷ் ஆட்சியை எதிர்த்த முதல் வீரன் பாஞ்சாலங்குறிச்சிக் கட்டபொம்மன் பெயரோ, அகில இந்தியக் காங்கிரசுக்கும் அதன் அடிமையான தமிழ்நாட்டுக் காங்கிரசுக்கும் தென்படவில்லை.

தமிழனை அவமதித்து, தமிழர் வாழ்வைச் சுரண்டி, தமிழகத்தைத் தங்கள் தேசியத்தின் வேட்டைக் காடாக்கிவரும் மரபினராகிய அகில இந்தியக் கட்சியினரைத் தவிர வேறு எவரும் கட்சிப் பேரால் *1957* வரை தமிழகத் தேர்தலில் நின்றதில்லை. காங்கிரசு மீது தமிழர்க்கு ஏற்பட்ட வெறுப்பே அதற்கு முந்திய தேர்தலில் சுயேச்சையாளர்களைப் பேரளவில் சட்டமன்றங்களுக்கு

அனுப்பிற்று, உழைப்பாளர் கட்சி போன்ற புதிய காங்கிரசு எதிர்ப்புக் கட்சியினர்க்கும் வெற்றிதந்தது. ஆனால், மக்கள் காட்டிய குறிப்பையும் ஆர்வத்தையும் இவர்களுள் பலர்- சிறப்பாக மாணிக்கவேலர், இராமசாமிப் படையாட்சி போன்றவர்கள் மந்திரி பதவியாசையால், பண ஆசையால் தகர்த்து எறிந்துவிட்டனர்.

எறிந்துவிட்டனர். வரவிருக்கும் தேர்தல்களில், அத்தகையவர்களுக்கு ஒரு பாடம் கற்பிக்கவும் அகில இந்தியக் கட்சிகளை வருங்காலத்தில் இனச் சார்பாகத் திருத்தியமைக்கத் தூண்டவும் தமிழ்நாட்டு மக்களுக்கு நல்ல வாய்ப்பு உண்டு.

வரும் தேர்தல்கள் மூலம் தமிழன் தன் குரலை எழுப்பித் தமிழ் நாட்டில் மாறுதல் உண்டுபண்ணினால், அதுவே தென்னாடு முழுவதற்கும் ஒரு மாறுதலாக அமைவது உறுதி. ஏனெனில், சென்ற தேர்தல்களில் தமிழ் மக்களுள் மிகப் பெரும் பான்மையோர் காங்கிரசுக்கு எதிராகவே தங்கள் 'வோட்டை' அளித்ததுபோல, திருகொச்சியிலும் கன்னடத்திலும் ஆந்திரத்திலும் காங் கிரசுக்கு எதிராகவே பெருவாரியான ஆதரவு காட்டப்பட்டது. காங்கிரசு தலைமையின் குடியாட்சிக்கு முரணான தகிடுதத்தங்களாலேயே, சூதாட்ட கோதாட்டங்க ளாலேயே, அங்கே பெயரளவில் காங்கிரசு ஆட்சி நடைபெறுகிறது. வருகிற தேர்தல்களில் இந்தச் சூதாட்டங்களால்கூடக் காங்கிரசு நிலைக்க முடியாத நிலை ஏற்படுவது உறுதி. தென்னாடு வடவர் பிடியிலிருந்து விடுபட வேண்டுமானால் அந்நிலை ஏற்பட்டாதல் வேண்டும்.

தமிழகத்திலும் தென்னாட்டிலும் காங்கிரசுக்கு ஒரு தடவை தோல்வி ஏற்பட்டுவிட்டாலே, காங்கிரசு மேலிடத்தைப் பிடித்துள்ள முதலாளிக் கும்பலின் பிடிப்பு அற்றுவிடும். ஏனெனில், தேசப் பற்றுதலால் அவர்கள் காங்கிரசைக் கைப்பற்றவில்லை. பண ஆசை, கொள்ளை ஆதாய ஆசை, சுரண்டுதல், சந்தர்ப்பம் ஆகியவற்றின் காரணமாகவே அவர்கள் காங்கிரசைக் கைப்பற்றியுள்ளனர். 'ஆலிலை பூவும்

காயும் அளிதரு பழமும்' பெற்றிருந்தபோது அணுகி, அவை போனபின் போய்விடும் பறவைகள் போல, ஆட்சியிலிருக்கும் கட்சியானால் ஆதாயமிருக்கும்வரை போலி நண்பர்களாக அதில் ஒட்டியிருந்து விட்டு அவர்கள் புதிய ஆட்சிக் கட்சிகளையே பற்ற எண்ணு வார்கள். அச்சமயம் மக்கள் குரல் எழுந்து, புதிய ஆட்சி களிலிருந்து அவர்களைத் துரத்திவிடமுடியும். காங்கிரசு எழுப்பிய விடுதலைப் புகழ் முழக்கத்தாலேயே மக்கள் மயங்கிக் காங்கிரசில் முதலாளி பிடி வலுப்பட்டதைக் காணாதிருந்தனர்.

தமிழர் மொழியையும் நாட்டையும் இனத்தையும் வாழ்வித்து, உன்னையும் உன் பின் மரபினரையும் உயர்த்தி உலகில் உயர் இடம் பெறச் செய்யும் இந்தத் தேர்தலில் விழிப்பாயிரு. இனக்குரலின் பக்கம் உன் உள்ளமும், உள்ளத்தின் திசையிலே உன் மொழியும் செல்வாக்கும் பயன்படுத்தி, உன் சீட்டையும் உன் உற்றார் உறவினர்களின் சீட்டையும் இனக்குரலின் உரிமைச் சீட்டுகளாக்குவாயாக.

உன் நாட்டுத் தொழில் வாழ, வாணிகம் பெருக, வடநாடு போலவே உன்நாடும் உலகில் உயர் இடம் பெற உன் சீட்டைப் பயன்படுத்து. தமிழக மறுமலர்ச்சிக் கட்சிக்கே, தென்னகப் புதுவாழ்வுக் கட்சிக்கே, வள்ளுவர் மரபில் நின்று வான்புகழ் நாடும் குரலுக்கே ஆதரவளிப்பாயாக. தமிழா,

11. முடிவுரை

நாலாயிர ஐயாயிர ஆண்டுகளுக்கு முன்பே, உன்னை இன்று ஆளும் வடவரும் அவர்களை ஆண்ட வெள்ளையரும் ஆடையுடுக்கப் படிக்குமுன்பே, உன் முன்னோர் குடியாட்சி அமைத்துக் கோட்டை நகரங்கள் கட்டி, இலக்கிய இலக்கணமும் இசை முதலிய கலைகளும் இயல்களும் வளர்த்து, ‘கடன்மா’ என்றழைக்கப்பட்ட ஆழ்கடல் கப்பல்களில் எகிப்துக்கும் மலாயாவுக்கும் சீனத்துக்கும் சென்று வாணிகம் செய்துள்ளனர். அந்நாடுகளில் ஐயாயிர ஆண்டுகளுக்கு முன்பே குடியேறியும் நிலப் பேரரசராகவும் கடற்பேரரசராகவும் ஆண்டுள்ளனர். உன் பேரரசருள் ஐயாயிர ஆண்டுகளுக்கு முற்பட்ட தொல்காப்பிய காலப் பாண்டியன் நெடியோன் இமயமலை வரை வென்று நிலப் பேரரசனாகவும், மலாயா, சுமத்ரா முதலிய தென் கிழக்காசிய நாடுகளை வென்று கடற் பேரரசனாகவும் வாழ்ந்தான். அவன் புகழையே வடதிசைப் புராணங்கள் மனுவின் கதையாகவும், மேலையுலக யூதர் விவிலிய ஏடு நோவாவின் கதையாகவும் வருணித்துள்ளன என்று சில வரலாற்றாராய்ச்சியாளர் கருது கின்றனர். யவனருடனும் உரோமருடனும், சீனருடனும் எகிப்தியருடனும் வாணிகம் செய்து உன் முன்னோர் குவித்த பணம் பல்லாயிரம் கோடிப்பொன் என்று வரலாற்றாசிரியர் கணித்துக் காண்கின்றனர். இரண்டாயிர ஆண்டுகளாகத் தமிழகமெங்கும் அடி நிலத்தில் கண்டெடுக்கப்பட்டு வரும் புதையல் பொன்நாணயங்கள் அவையே.

தமிழா, உன் நாடு தமிழகம் என்ற பெயருடன் வெள்ளையர் வரும்வரை உலகின் செல்வத்தில் முக்கால் பங்கைக் கொண்ட வளமிக்க நாடாய், வெளியார் கால்படாத விடுதலை நாடாய், தமிழ்மொழி வைத்துத் தமிழகம் மட்டுமன்றி நாகரிக உலகெங்கும் ஆட்சி செலுத்திய நாடாயிருந்தது. நீ உன் உரிமைக்குப் பிரிட்டிஷ் ஆட்சியில் பாடுபடாமல், வடவர்

உரிமைக்குப் பாடுபட்டாய். அரசியல் விழிப்புற்ற உன்னைப் போலன்றி, வட்டித் தொழில் நடத்திய ஒரு சிறு கும்பலிடம் ஆட்சியை ஒப்படைத்துள்ளனர். அக் கும்பல் காங்கிரசை மட்டுமின்றி அகில இந்தியக் கட்சி களனைத்தையும் ஆட்டியமைப்பதனால்தான், அக்கட்சிகளி லெல்லாவற்றிலும் நீ தொண்டனாய் இருக்கிறாய். உன் தென்னாட்டுத் தோழரும் தொண்டராயிருக்கின்றனர்.தலைமைப் பீடம் அம் முதலாளிகளின் வடநாட்டுக் கணக்குப் பிள்ளைகளுக்கு ஏகபோகச் சொத்தாய் இருந்து வருகிறது.

நீ எத்தனை நாள் இவற்றைப் பொறுத்திருக்கப் போகிறாய்? உலகாண்ட நாடு அடிவருடிப் பிழைப்பதா? உலகுக்கு நாகரிகம் தந்த நாடு தன் வரலா றறியாமல் தட்டுக்கெடுவதா?

நேற்றுப் பிறந்த, இன்று காலைப் பிறந்த புன்மொழிகள் உன் சீரிய உலகமுதல் மொழிமீது உலகப் புலவர் வள்ளுவர்மொழி மீது ஆதிக்கம் செலுத்துவதா?

நீ எழுதும் அஞ்சல் அட்டையைப் பார்! உன்மொழி, உன் னமொழி கிடையாது. நீ கையாளும் துட்டுகளைப் பார்! காலணாவில்கூட உன்மொழி கிடையாது. அஞ்சல் வில்லைகளைப் பார்! அதில் அசோகன் பொறிப்பு உண்டு! இந்திக் கவிஞர் துளசிதாசர் உண்டு காளிதாசன் உண்டு. வள்ளுவர், கம்பர், இளங்கோ, பாரதி கிடையாது. தெலுங்குக் கவிஞன் நன்னயன், திக்கணன், வேமனன் கூடக் கிடையாது. பிற தென்னாட்டு முகங்கள், செய்திகள் எதுவும் கிடையாது.

பிரிட்டிஷார் உனக்குத் தந்த உரிமைகளையே தர மறுக்கிறான் வடவன். அதற்கு ஒத்து ஊதும் மடவரை ஆதரிக்கிறான் அந்த மமதை ஆட்சியாளன், தமிழா! இந்த அவமதிப்புச் சின்னங்களை, உன் வரலாற்றில் படர்ந்த களையை வீசியெறிய வீறி எழு! சிங்கக் குருளையே, சிறுத்தையே! சீறி எழு!

உன் நாடு சிறிய நாடு என்பவர் உண்டு. தமிழனே! நீ இல்லாவிட்டால் அவர்கள் நாடு சிறியதாய் விடுமே என்ற

கவலை அவர்களுக்கு! நீ அவர்களைப் போலச் சுரண்டல்காரனல்லவே, பெரிய வேட்டைக் காடு விரும்புவதற்கு? அத்துடன் பிற நாட்டை வெல்பவர்களுக்குத்தான் பெரியநாடு வேண்டும். பாதுகாப்பில் இருந்து நல்லாட்சி நடத்துபவர்களுக்குச் சிறுநாடே சிங்காரநாடு. மேலும் ஒரு பெரிய நாட்டைப் பகைவர்கள் தோற்கடிப்பதுதான் சிரமம். தோற்கடித்தபின் வென்றாளுவது எளிது. ஏனென்றால், அதன் தலைநகரிலேயே அதன் உயிர் அடங்கிவிடும். ஆனால், சின்ன நாட்டைத் தோற்கடிப்பதுதான் எளிது. வென்றடக்க முடியாது. அத்துடன் சிறு நாடு நல்லாட்சி பேணி, குடியாட்சி மரபும் காத்தால், அத்துடன் அஃது இனத் தேசியமாகவும் அமைந்தால், அதன் வலுச் சிறிய வைரத்தின் வலுப்போன்றது. கொல்லுலைக் கூடங்களாலும் அசைக்க முடியாதது.

'பிரிவினை கோராதேடா, தம்பீ! ஒன்றுபட்டாலுண்டு வாழ்வே' என்று ஆதிக்கப் புலிகள் வேதாந்தம் பேசும் உன்னிடம், தமிழா!

'அண்ணே, ஒற்றுமையும் சமத்துவமும் அன்பும் இருக்கும் இடத்தில்-ஓரினத் தேசியத்தில்-பிரிவினைக்குரல் எழாது. உயர்வு தாழ்வு வேற்றுமை உள்ள இடத்திலேயே அஃது எழும். ஒத்துழைப்பு உன்னிடம் இருந்தால், பாகிஸ்தான் பிரிந்திருக்குமா!' என்று கேட்டுப் பார்!.

'ஆண்டான் அடிமை ஒற்றுமை, ஒற்றுமை ஆகுமா? மாகாணங்களிடையே, இனங்களிடையே, மொழிகளிடையே சமத்துவம் இருக்க முடியா விட்டால், பிரிவினைதானே சமநிலை தரும்.

'சமத்துவம் என்றால் என்ன? ஒரு கூட்டு நிலையத்தில் சம பங்காளிகளாய் இருப்பவர்களுள் ஒருவன் இன்னொருவன் பிரியாமல் தடுக்க முடியுமா? நேசம் இருக்கும்வரைதானே கூட்டு நடைபெற முடியும்?

'விரும்பிச் சேர்ந்த அன்புக் கூட்டுறவில் விரும்பினால் பிரியும் உரிமையிருக்குமே, அண்ணே? பிரிவினை உரிமைதானே சமத்துவத்தின் சின்னம், குடியாட்சியின் குறியீடு.

'யாரிடம் கேட்டுக்கொண்டு இந்தியைத் தேசிய மொழியாகச் சட்டம் செய்தாய், அண்ணே? சென்னை சட்டசபையிலாவது கேட்டாயா? தமிழ்நாட்டுக் காங்கிரசிடமாவது கேட்டாயா?'

'குடியாட்சியில் உரிமை குடிகளிடம் என்றும் நிலைப்பதாய் இருக்க வேண்டுமே. இன்றைய தமிழகக் காங்கிரசுக்காரர் எல்லாரும் இந்தியை ஏற்றுக் கொண்டாலும், அவர்களது இந்த முடிவு வருங்காலத் தமிழகக் காங்கிரசுக் காரரைக் கட்டுப்படுத்த முடியுமா?

இன்றைய தமிழர்கள் அனைவரும் அம்முடிவை ஏற்றாலும், நாளை பிறக்க இருக்கும் தமிழர்களை அஃது எப்படிக் கட்டுப்படுத்த முடியும்?'

இந்த உரிமை வாதங்களைத் தமிழன் எழுப்பினால் வடதிசை அல்லது வடதிசைக்கு வழக்குரிமை வாங்கிக்கொண்ட தென்திசை-சீறும். ஆனால், அந்தச் சீற்றத்திலேயே சமத்துவ மில்லாப் பண்பு வெளிப்பட்டுவிடும்.

தேசியம் என்று அவர்கள் கூறும் இந்தியாவில் மொழிக்கு மொழி சமத்துவம் என்றால் அடிக்க வருகின்றனர்-இனத்துக்கு இனச் சமத்துவம் என்றால் சீறுகின்றனர்!

'இந்தியா ஒரு தேசம். அதன் ஒற்றுமைக்காக இந்தி படி' என்கின்றனர்.

இந்தியா ஒரு தேசம், சரி! அதில் இருபது மொழிகளே மக்கள் பேசுகிறார்கள்.பொது ஆட்சிக்கு ஒரு மொழி வேண்டும் என்கிறார்கள். மக்கள் மொழிகள் இருபது. ஆளுபவன் மொழி ஒன்று . மக்கள் ஆளுபவன் மொழியைப் படித்துக்கொள்ளுதல் வேண்டுமாம்.

ஏன் ஆளுபவர் இருபது மொழிகளைக் கற்றுக்கொண்டு ஆளக்கூடாது? இருபது மொழிகளில் ஏன் சட்டங்களை வெளியிடக் கூடாது? இருபது மொழிகளில் ஏன் அஞ்சல் வில்லைகள் பண அஞ்சல் கட்டளைகள் *(money order form)* உருவாக்கக் கூடாது? இருபது மொழிகளில் ஏன் ஊர்திநிலையப் பலகைகள் தொங்க விடக்கூடாது?

இவ்வளவு பெரிய தேசத்தின் ஆட்சி ஏற்றவன் கையில் பணம் கிடையாதா? மக்களை-தாய்மொழிகூடப் படியாத மக்களை-இன்னொரு மொழி படிக்கச் சொல்வதைவிட, அவர்கள் பணத்தை எத்தனையோ வீண் செலவுகளுக்குப் பயன்படுத்துவதற்குப் பதில் இருபது மொழிகளைக் கற்று ஆளப் பயன்படுத்துவதுதானே!

மொழி மாகாணங்கள் அமைத்து, மாகாண சுய ஆட்சி கொடுத்து, அந்தந்த நாட்டு வரிப்பணத்தில் அந்தந்த நாட்டுத் தேசிய ஆக்க வேலைகளைச் செய்வதுதானே! தேசியம் என்ற பெயரால் ஏழை மாகாணங்களைச் சுரண்டிப் பணக்கார மாகாணங்களைக் கொழுக்க வைப்பானேன்?

இத்தகைய கேள்விகளைக் கேட்டு, இன்னும் அகில இந்தியக் கட்சியிலுள்ளவர்களை அந்தக் கட்சிகளிலிருந்து கொண்டே கூடத் தமிழர் தன்னுரிமைகளை அவற்றில் வற்புறுத்தச் செய்தல் வேண்டும். அக்கட்சிகள் அவ்வப் பெய ருடனே தமிழக இனக் கட்சியின் துணைக் கட்சிகளாகிவிடும்.

தமிழகம் மறுமலர்ச்சி கண்டுவிட்டது தமிழனே! உன் பிள்ளைகள் வளரும் பிள்ளைகள்; பருவப் பிள்ளைகள்.

அவர்கள் நல்வாழ்வு என்றும் மணம் காண, இனஉரிமை பெற, நீ செய்ய வேண்டிய சிறு செயல், உன் உரிமையை அவர்களுக்கு, உன் இனத் தோன்றல்களின் வளத்துக்கு, உன் இன உரிமைக்குப் பயன் படுத்துவதே.

எழு, விழித்தெழு, வீறிட்டெழு.அவாவுடன் ஆர்வத்துடன் கிளர்ந்து செயலாற்றி வெற்றிக் கோட்டையில் உன் வீரப் புகழ்க்கொடி நாட்டு.

வாழ்க தமிழ்!

வெல்க தமிழ்ப் பண்!

வீறுக தமிழர் வாழ்வு!

★★★

9 788199 705920